LEIÐBEININGAR PESTÓ

Frá klassískum til skapandi, ferskum til gerjunar og allt þar á milli, með 100 ljúffengum uppskriftum fyrir allar pestóþarfir þínar

Heiða Björk Ásgeirsdóttir

KYNNING

Hvað er pestó?

Pestó er einföld sósa sem getur umbreytt alls kyns rétti með björtu jurtabragðinu. Orðið pestó kemur frá ítalska orðinu „pestare" sem þýðir að slá eða mylja. Við höfum öll fengið okkur hefðbundið basil pestó en grunn pestó uppskrift er hægt að breyta með öllum mismunandi afbrigðum af kryddjurtum, hnetum og ólífuolíu. Lestu áfram og við sýnum þér hvernig á að búa til pestó bæði á hefðbundinn hátt, eins og þessa klassísku basilíku pestóuppskrift, og pestó með ívafi.

Hvernig á að nota Pestó?

A. Kasta með pasta, sérstaklega hvaða pasta sem er með áferð, þetta mun hjálpa pastanu að grípa í hála sósuna.
B. Bætið við ferskt grænmeti.
C. Bætið við egg áður en þeim er hrært.
D. Notaðu sem krydd á samlokur og umbúðir, hrærðu einhverju út í majó eða eitt og sér.
E. Dýfðu skorpnum baguette bitum í pestó, uppáhalds leiðin mín til að njóta þessarar sósu.
F. Gerðu ídýfu með því að hræra í sýrðum rjóma, jógúrt eða kotasælu.
G. Notaðu það sem sósu fyrir handgerðu pizzuna þína.
H. Bætið við súrmjólk til að búa til salatsósu.
I. Smyrjið á bruschetta.
J. Skreytið súpuna.

GRUNNUUPSKRIFTIR

1. Pestó í jafnvægi

afrakstur: 1 PINT

Hráefni

- 1 hluti hnetur
- 8 hlutar kryddjurtir og grænmeti
- 2 hlutar ostur
- 2 hlutar olía
- 1-3 hvítlauksrif, afhýdd
- salt eftir smekk

Leiðbeiningar

a) Veldu hráefnin þín og settu þau í matvinnsluvél.

b) Púlsaðu þar til þykkt deig myndast, bættu við meiri olíu ef þörf krefur til að fá það þykkt sem þú vilt.

2. South of the Border Pestó sósa

Skammtar fyrir hverja uppskrift: 6

Hráefni

- 1/4 bolli afhýdd graskersfræ (pepitas
- 1 búnt kóríander
- 1/4 bolli rifinn cotija ostur
- 4 hvítlauksrif
- 1 serrano chile pipar, fræhreinsaður
- 1/2 tsk salt
- 6 matskeiðar ólífuolía

Leiðbeiningar

a) Bætið graskersfræjunum í skál matvinnsluvélarinnar og saxið allt með smá belgjurtum og blandið síðan ólífuolíu, kóríander, salti, osti, chilepipar og hvítlauk saman við
b) Maukið blönduna og berið síðan fram pestóið.
c) Njóttu.

3. Ruccola & Basil Pestó

Skammtar fyrir hverja uppskrift: 12

Hráefni

- 1 1/2 bolli unga rucola lauf
- 1 1/2 bolli fersk basilíkublöð
- 2/3 bolli furuhnetur
- 8 hvítlauksrif
- 1 (6 oz.) dós af svörtum ólífum, tæmd
- 3/4 bolli extra virgin ólífuolía 1/2 lime, safi
- 1 tsk rauðvínsedik
- 1/8 tsk malað kúmen
- 1 klípa af möluðum cayenne pipar salti og pipar eftir smekk

Leiðbeiningar

a) Í stórum háhraða matvinnsluvél, bætið við rucola, basil, ólífum, hvítlauk og furuhnetum og pulsið þar til það hefur blandast vel saman.

b) Bætið restinni af hráefnunum saman við og pulsið þar til það er vel blandað og slétt.

4. Einfalt Pestó

Skammtar fyrir hverja uppskrift: 6

Hráefni

- 1/4 bolli möndlur
- 3 hvítlauksrif
- 1 1/2 bolli fersk basilíkublöð 1/2 bolli ólífuolía
- 1 klípa malaður múskat
- salt og pipar eftir smekk

Leiðbeiningar

a) Stilltu ofninn þinn á 450 gráður F áður en þú gerir eitthvað annað.
b) Raðið möndlunum á kökuplötu og bakið í um það bil 10 mínútur eða þar til þær eru örlítið ristaðar.
c) Í matvinnsluvél, bætið ristuðu möndlunum og afganginum af hráefninu saman við þar til gróft deig myndast.

5. Þistilhjörtu pestó

Skammtar fyrir hverja uppskrift: 12

Hráefni

- 2 bollar fersk basilíkublöð
- 2 matskeiðar mulinn fetaostur
- 1/4 bolli nýrifinn parmesanostur 1/4 bolli furuhnetur, ristaðar
- 1 þistilhjörtu, gróft saxað
- 2 matskeiðar saxaðir olíupakkaðir sólþurrkaðir tómatar
- 1/2 bolli extra virgin ólífuolía
- 1 klípa salt og svartur pipar eftir smekk

Leiðbeiningar

a) Í stórum matvinnsluvél, bætið öllum hráefnunum nema olíunni og kryddinu út í og pulsið þar til það hefur blandast saman.

b) Á meðan mótorinn gengur hægt, bætið við olíunni og púlsið þar til slétt er.

c) Kryddið með salti og svörtum pipar og berið fram.

6. Amerískt pestó

Skammtar fyrir hverja uppskrift: 6

Hráefni

- 4 bollar pakkað fersk basilíkublöð
- 1/4 bolli ítalsk steinselja
- 2 hvítlauksrif, afhýdd og mulin létt
- 1 bolli furuhnetur
- 1 1/2 bolli rifinn Parmigiano-Reggiano ostur
- 1 msk ferskur sítrónusafi
- 1/2 bolli extra virgin ólífuolía, eða meira eftir þörfum
- salt og malaður svartur pipar eftir smekk

Leiðbeiningar

a) Í matvinnsluvél, bætið steinselju, basilíku og hvítlauk út í og pulsið þar til það er fínt saxað.
b) Bætið furuhnetunum út í og pulsið þar til þær eru skornar mjög fínt líka.
c) Bætið ostinum út í og pulsið þar til það hefur blandast saman.
d) Á meðan mótorinn er í gangi skaltu blanda sítrónusafanum rólega saman við.
e) Bætið síðan olíunni út í og pulsið þar til það er vel blandað og slétt.
f) Kryddið með salti og svörtum pipar og berið fram.

7. Pas ta Pesto

Skammtar fyrir hverja uppskrift: 16

Hráefni

- 4 bollar ferskt barnaspínat
- 1/2 bolli pekanhnetur
- 2 hvítlauksgeirar
- 1 bolli parmesanostur
- 1 msk sítrónusafi
- 1/2 bolli extra virgin ólífuolía
- 1 klípa salt og nýmalaður svartur pipar eftir smekk

Leiðbeiningar

a) Í stórum matvinnsluvél, bætið öllum hráefnunum nema olíunni út í og pulsið þar til það hefur blandast saman.

b) Á meðan mótorinn gengur hægt, bætið við olíunni og púlsið þar til það er vel blandað og slétt.

8. Asískt hnetupestó

Skammtar fyrir hverja uppskrift: 10

Hráefni

- 1 búnt kóríander
- 1/4 bolli hnetusmjör
- 3 hvítlauksgeirar, sneiddir
- 3 matskeiðar extra virgin ólífuolía
- 2 matskeiðar niðurskorið ferskt engifer
- 1 1/2 matskeiðar fiskisósa
- 1 msk púðursykur
- 1/2 tsk cayenne pipar

Leiðbeiningar

a) Í blandara eða matvinnsluvél, bætið öllum hráefnunum saman við og blandið þar til það er slétt.

9. Kryddað pestó

Skammtar fyrir hverja uppskrift: 14

Hráefni

- 1/4 bolli valhnetur
- 2/3 bolli ólífuolía
- 2 hvítlauksgeirar
- salt og malaður svartur pipar eftir smekk
- 2 bollar pakkað fersk basilíkublöð
- 3/4 bolli rifinn Parmigiano-Reggiano ostur
- 1 jalapenó pipar, stilkur fjarlægður

Leiðbeiningar

a) Í matvinnsluvél, bætið hvítlauknum og valhnetunum út í og pulsið þar til það er fínt saxað.

b) Bætið jalapenó, basil og osti út í og pulsið þar til það hefur blandast vel saman.

c) Á meðan mótorinn gengur hægt, bætið við olíunni og púlsið þar til það er vel blandað og slétt.

d) Kryddið með salti og svörtum pipar og berið fram.

10. Sveppastó

Skammtar fyrir hverja uppskrift: 6

Hráefni

- 2 matskeiðar smjör
- 1 pund blandaðir ferskir sveppir (svo sem cremini, hnappur, ostrur og Portobello), skornir í fjórða hluta
- 1 skalottlaukur, saxaður
- 1 bolli ristaðar furuhnetur
- 1/4 bolli extra virgin ólífuolía
- 1/4 bolli grænmetissoð
- 3 hvítlauksgeirar, saxaðir
- 1 matskeið nýkreistur sítrónusafi
- 1 tsk kosher salt
- 1/2 tsk nýmalaður svartur pipar
- 1/2 bolli parmesanostur, rifinn

Leiðbeiningar

a) Bræðið smjörið á pönnu við meðalhita.

b) Hrærið skalottlaukunum og sveppunum saman við og eldið í um 5-7 mínútur eða þar til sveppirnir eru orðnir gullinbrúnir.

c) Takið af hitanum og haldið til hliðar til að kólna í um það bil 10 mínútur.

d) Í blandara, bætið soðnu sveppablöndunni og restinni af hráefninu nema osti og pulsu þar til það er fínt malað.

e) Setjið blönduna yfir í skál og hrærið ostinum saman við áður en hún er borin fram.

11. Rjómalagt salat pestó

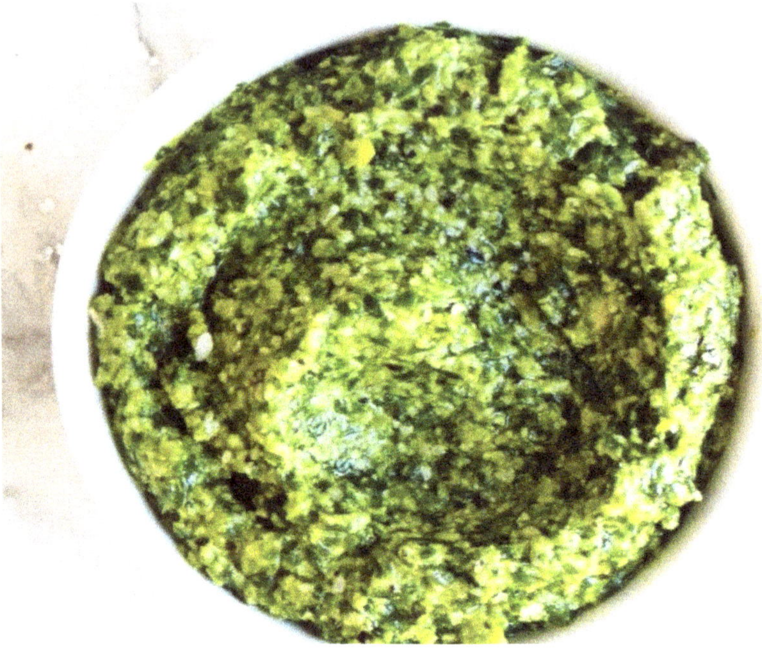

Skammtar fyrir hverja uppskrift: 8

Hráefni

- 1/2 hvítlauksgeiri
- 2 matskeiðar majónesi
- 1/3 bolli valhnetur
- 3 únsur. vatnskarsi skolaður og þurrkaður
- 1 bolli nýrifinn parmesanostur

Leiðbeiningar

a) Í matvinnsluvél, bætið öllu hráefninu saman við og blandið þar til slétt deig myndast.

12. Hnetukennt pestó

Skammtar fyrir hverja uppskrift: 2

Hráefni

- 2 bollar basil lauf
- 1/2 bolli valhnetur
- 1/4 bolli ólífuolía
- 2 hvítlauksgeirar
- 1 matskeið sítrónusafi

Leiðbeiningar

a) Í matvinnsluvél, bætið öllu hráefninu saman við og blandið þar til slétt deig myndast.

13. Pestó í morgunmat

Skammtar fyrir hverja uppskrift: 4

Hráefni

- 3/4 bolli bökunarblanda
- 1/3 bolli vatn, eða eftir þörfum
- 1 (8 oz.) pakki af Cheddar osti, rifinn
- 5 tsk tilbúið pestó

Leiðbeiningar

a) Smyrðu pönnu þína og hitaðu hana síðan alveg.
b) Í stórri skál, bætið öllum hráefnunum saman við og blandið þar til vel blandað saman.
c) Setjið um það bil 1/4 bolla af blöndunni á upphitaða pönnu og eldið allt í um það bil 2-3 mínútur á hvorri hlið eða þar til hún er gullinbrún.
d) Endurtaktu með afganginum af blöndunni.

14. Gufusoðið spergilkál pestó

Skammtar fyrir hverja uppskrift: 8

Hráefni

- 2 bollar saxaðir spergilkál
- 2 bollar söxuð fersk basilíka
- 1/4 bolli extra virgin ólífuolía
- 1/4 bolli rakaður parmesanostur
- 1/4 bolli furuhnetur
- 6 hvítlauksrif, afhýdd
- 2 matskeiðar grænmetissoð, eða meira ef þarf
- 1 klípa af cayenne pipar
- salt og malaður svartur pipar eftir smekk

Leiðbeiningar

a) Raðið gufukörfu yfir pönnu með vatni og látið suðuna koma upp við meðalhita.
b) Setjið spergilkál í gufukörfu og eldið, þakið í um 3-5 mínútur eða þar til það er meyrt.
c) Tæmið spergilkálið vel og setjið allt í matvinnsluvél ásamt restinni af hráefnunum og blandið þar til það er slétt.

15. Ferskt sumarpestó

Skammtar fyrir hverja uppskrift: 16

Hráefni

- 2 bollar túnfífill
- 1/2 bolli ólífuolía
- 1/2 bolli rifinn parmesanostur 2 tsk pressaður hvítlaukur
- salt eftir smekk (valfrjálst)
- 1 klípa af rauðum piparflögum, eða eftir smekk (valfrjálst)

Leiðbeiningar

a) Í matvinnsluvél, bætið öllu hráefninu saman við og blandið þar til mjúkt.

16. Brasilískt pestó

Skammtar fyrir hverja uppskrift: 12

Hráefni

- 3 bollar saxuð fersk basilíka
- 1 bolli extra virgin ólífuolía
- 1/2 bolli furuhnetur
- 1/8 bolli Brasilíuhnetur
- 2/3 bolli rifinn parmesanostur
- 2 matskeiðar skorinn hvítlaukur
- 1/2 tsk chili duft

Leiðbeiningar

a) Í matvinnsluvél, bætið öllum hráefnunum nema olíu saman við og blandið þar til þykkt deig myndast.

b) Á meðan mótorinn gengur hægt, bætið við olíunni og púlsið þar til slétt er.

17. Klassískt pestó

Skammtar fyrir hverja uppskrift: 16

Hráefni

- 1/3 bolli furuhnetur
- 2/3 bolli ólífuolía
- 5 hvítlauksrif
- 1/3 bolli næringarger
- 1 búnt af ferskum basilblöðum
- salt og pipar eftir smekk

Leiðbeiningar

a) Í upphitaðri nonstick pönnu, bætið furuhnetunum við meðalhita og eldið, hrærið stöðugt þar til þær eru ristaðar.

b) Í matvinnsluvél, bætið ristuðu furuhnetunum og restinni af hráefnunum saman við og blandið þar til þær eru sléttar.

18. Svissneskt pestó

Skammtar fyrir hverja uppskrift: 10

Hráefni

- 1/2 bolli ólífuolía, skipt
- 10 lauf af svissneska kardi, saxað
- 4 hvítlauksgeirar, saxaðir
- 1 bolli basil lauf
- 1 bolli pekanhnetur
- 1/2 tsk sjávarsalt
- 1 matskeið sítrónusafi
- 1 (3 oz.) pakki af rifnum parmesanosti
- salt og malaður svartur pipar eftir smekk

Leiðbeiningar

a) Hitið 2 msk af olíu á pönnu á miðlungshita og steikið hvítlaukinn og svissneska kardinið í um það bil 3-5 mínútur, takið af hitanum og látið kólna.
b) Í matvinnsluvél, bætið afganginum af olíunni, basil, osti, pekanhnetum og sjávarsalti út í og pulsið þar til það hefur blandast vel saman.
c) Bætið sítrónusafanum og soðnu svissneska chardblöndunni út í og blandið þar til slétt mauk myndast.
d) Kryddið með salti og svörtum pipar og berið fram.

19. Franskt pestó

Skammtar fyrir hverja uppskrift: 12

Hráefni

- 1 (8 oz.) pakki geitaostur, mildaður
- 1 (8 oz.) krukku pestó, eða eftir þörfum
- 3 tómatar, saxaðir
- 1 (8 oz.) franskbrauð, skorið í sneiðar

Leiðbeiningar

a) Skerið ostinn í 1/4 tommu lag á stórum diski.
b) Setjið pestóið jafnt yfir ostinn í þunnu lagi og svo tómatarnir.
c) Njóttu þessarar ídýfu með frönsku brauðinu.

20. Pestó frá Víetnam

Skammtar fyrir hverja uppskrift: 4

Hráefni

- 1 pund þurrkaðar hrísgrjónanúðlur
- 1 1/2 bolli hakkað ferskt kóríander
- 1/2 bolli sæt taílensk basil
- 2 hvítlauksgeirar, helmingaðir
- 1/2 tsk sítrónugraslaukur í teningum
- 1 jalapenó pipar, fræhreinsaður og skorinn í teninga
- 1 msk grænmetisfisksósa
- 4 matskeiðar saxaðar, ósaltaðar þurrristaðar jarðhnetur
- 7 matskeiðar canola olía
- 1/2 lime, skorið í báta
- salt og pipar eftir smekk

Leiðbeiningar

a) Leggðu núðlurnar í bleyti í stórri skál af köldu vatni í um það bil 30 mínútur og tæmdu og hafðu til hliðar.
b) Í matvinnsluvél, bætið basilíkunni, kóríander, hvítlauk, jalapenó, sítrónugrasi, fiskisósu og 2 msk af hnetum saman við og pulsið þar til það er saxað gróft.
c) Á meðan mótorinn gengur hægt, bætið við olíunni og púlsið þar til slétt er.
d) Bætið restinni af hnetunum út í og pulsið þar til hneturnar eru grófsaxaðar.
e) Í stórri pönnu, bætið 1/2 bolla af vatni og núðlum við meðalháan hita og eldið í um það bil 5 mínútur eða þar til mestur vökvinn er gufaður upp.
f) Bætið pestóinu út í og hrærið til að blandast vel saman og berið fram strax.

21. Cashew pestó

Skammtar fyrir hverja uppskrift: 16

Hráefni

- 2 bollar fersk kóríanderlauf
- 1 tsk svartur pipar
- 1 bolli fersk steinseljublöð
- 1 tsk cayenne pipar
- 3 matskeiðar lime safi
- 1/2 bolli rifinn Asiago ostur
- 1 bolli chili-lime kasjúhnetur
- 1/2 bolli ólífuolía
- 1 tsk salt

Leiðbeiningar

a) Í matvinnsluvél, bætið öllum hráefnunum saman við og blandið þar til það er slétt.

22. Ilmandi pestó

Skammtar fyrir hverja uppskrift: 12

Hráefni

- 1 lb. hvítlauksskálar, skornar í 2 tommu bita
- 1 1/4 bolli rifinn parmesanostur
- 1 bolli ólífuolía
- 1 msk sítrónusafi
- malaður svartur pipar eftir smekk

Leiðbeiningar

a) Í matvinnsluvél, bætið öllum hráefnunum saman við og blandið þar til það er slétt.

23. Sólþurrkuð Pestó sósa

Skammtar fyrir hverja uppskrift: 8

Hráefni

- 1 bolli pakkaður sólþurrkaður tómatur
- 1/4 bolli lime safi
- 1 bolli möndlur
- salt
- 1 chilipipar, saxaður
- 1 bolli saxaður tómatur

Leiðbeiningar

a) Áður en þú gerir eitthvað skaltu forhita ofninn í 350 F.
b) Fáðu þér blöndunarskál: Settu sólþurrkaða tómatana í hana. Hyljið það með sjóðandi vatni og látið standa í 16 mínútur til að mýkjast.
c) Dreifið möndlunum á bökunarplötu í jöfnu lagi. Setjið það inn í ofn og leyfið þeim að elda í 9 mín.
d) Slökkvið á hitanum og látið möndlurnar kólna í smá stund.
e) Saxið möndlurnar gróft og leggið til hliðar.
f) Tæmdu sólþurrkuðu tómatana.
g) Fáðu þér blandara: Blandaðu í hann sólþurrkuðu tómötunum með möndlum og hráefninu sem eftir er . Blandið þeim slétt saman.
h) Hellið dressingunni í krukku og þéttið hana. Settu það í ísskáp þar til það er tilbúið til framreiðslu.
i) Þú getur borið þá dressingu fram með samloku, grilluðu kjöti eða salati.

24. Dijon Pestó blanda

Skammtar fyrir hverja uppskrift: 4

Hráefni

- 2 matskeiðar. tilbúin pestósósa
- 2 matskeiðar. slétt Dijon sinnep
- 2 matskeiðar. majónesi

Leiðbeiningar

a) hráefnunum í skál og þeytið þar til það hefur blandast vel saman.

b) Njóttu dressingarinnar yfir uppáhalds salatinu þínu.

25. Tofu Pestó

Skammtar fyrir hverja uppskrift: 8

Hráefni

- 1/2 bolli ristuð heil möndla
- 1 1/2 bolli lauslega pakkað kóríanderlauf
- 1 stór hvítlauksgeiri, saxaður
- 1/2 bolli mulið fast tófú
- 3 matskeiðar lime safi
- 2 matskeiðar ólífuolía
- 1/2 tsk salt
- 1 lítill grænn chili, saxaður, fræhreinsaður

Leiðbeiningar

a) Fáðu þér blandara: Settu möndlurnar í hann. Púlsaðu þá nokkrum sinnum þar til þeir verða saxaðir.

b) Blandið því sem eftir er af hráefninu saman við . Blandið þeim slétt saman.

c) Setjið pestóið í loftþétta krukku. Berið það fram strax eða setjið það í ísskáp í 2 til 3 daga.

PESTÓ MORGUNMATUR

26. Ostur pestó eggjakaka

Skammtar fyrir hverja uppskrift: 1

Hráefni

- 1 tsk ólífuolía
- 1 Portobello sveppahettur, skorinn í sneiðar
- 1/4 bolli saxaður rauðlaukur
- 4 eggjahvítur
- 1 tsk vatn
- salt og malaður svartur pipar eftir smekk
- 1/4 bolli rifinn lágfitu mozzarellaostur
- 1 tsk tilbúið pestó

Leiðbeiningar

a) Hitið olíu á meðalhita á pönnu og steikið laukinn og sveppina í um það bil 3-5 mínútur.

b) Bætið vatni, eggjahvítum, salti og svörtum pipar í litla skál og þeytið vel.

c) Bætið eggjahvítublöndunni í pönnuna og eldið, hrærið oft, í um það bil 5 mínútur eða þar til eggjahvíturnar byrja að stífna.

d) Setjið ostinn yfir eggjakökuna, síðan pestóið og brjótið eggjakökuna varlega saman og eldið í um 2-3 mínútur eða þar til osturinn er bráðinn.

27. Cheesy Pro Quiche

Skammtar fyrir hverja uppskrift: 8

Hráefni

- 4 matskeiðar pestó
- 1 (9 tommu) óbökuð bökuskorpa
- 4 matskeiðar mulinn geitaostur
- 3 egg
- 1/2 bolli hálf og hálfur rjómi
- 1 msk alhliða hveiti
- 8 olíupakkaðir sólþurrkaðir tómatar, skolaðir af og skornir í strimla
- salt og nýmalaður svartur pipar eftir smekk

Leiðbeiningar

a) Stilltu ofninn þinn á 400 gráður F áður en þú gerir eitthvað annað.
b) Setjið pestóið jafnt í botninn á tertuformi og stráið geitaosti yfir.
c) Í stóra skál, bætið hálfu og hálfu, eggjum, hveiti, salti og svörtum pipar út í og þeytið þar til það hefur blandast vel saman.
d) Setjið eggjablönduna jafnt yfir geitaostinn og síðan sólþurrkuðu tómatana.
e) Eldið allt í ofninum í um 30 mínútur.

PESTÓ FORréttir

28. Rjómalöguð Pestó ólífur

Skammtar fyrir hverja uppskrift: 1

Hráefni

- 1 (6 oz.) dós albacore túnfiskur í vatni, tæmd og flögur
- 2 matskeiðar majónesi
- 1 msk basil pestó sósa
- 1 tsk sítrónusafi
- 1 klípa malaður svartur pipar
- 1 (10 tommu) hveiti tortilla
- 4 blöð salat
- 1 sneið provolone ostur
- 5 kalamata ólífur, skornar í tvennt

Leiðbeiningar

a) Bætið túnfisknum, pestóinu, majónesi, svörtum pipar og sítrónusafa í skál og hrærið varlega saman.

b) Settu tortillupappírinn í örbylgjuofnþolinn disk og settu í örbylgjuofn á háu í um það bil 5-10 sekúndur eða þar til það er aðeins hlýnað.

c) Setjið túnfiskblönduna á tortilluna og síðan ólífurnar, ostinn og salatið.

d) Brjóttu tortilla botninn upp um það bil 2 tommu til að innsigla fyllinguna og rúllaðu til að mynda umbúðir og þjóna.

29. Pestó fylltir tómatar

Skammtar fyrir hverja uppskrift: 4

Hráefni

- 10 litlir þroskaðir tómatar
- 1/2 bolli heimabakað eða keypt pestó
- 1 bolli rifinn parmesanostur

Leiðbeiningar

a) Stilltu ofninn þinn á 350 gráður F áður en þú gerir eitthvað annað og húðaðu bökunarrétt með olíu.
b) Skerið tómatana í tvennt, langsum og fargið um 1 msk af holdi frá miðjunni.
c) Fylltu tómatarhelmingana með pestói og toppið með ostinum jafnt yfir.
d) Raðið tómötunum í tilbúna bökunarréttinn í einu lagi, fyllingarhliðin upp.
e) Eldið allt í ofni þar til toppurinn verður gullinbrúnn og freyðandi.

30. Tómat-pestó Forréttir

Skammtar: 20

Hráefni

- ¾ bolli fræhreinsaður, hægeldaður tómatur
- 2 msk basil pestó í kæli
- ¼ bolli fínt rifinn mozzarella ostur
- 1 dós (10,2 oz.) Pillsbury Buttermilk kex í kæli
- 2 matskeiðar fínt rifinn parmesanostur

Leiðbeiningar

a) Hitið ofninn í 375°F. Sprautaðu 20 litlum muffinsbollum með matreiðsluúða. Blandið tómötum, pestói og mozzarellaosti saman í meðalstóra skál.

b) Skiptu deigið í 5 kex; skera hverja í fjórðu. Rúllaðu hverjum kexbita í slétta kúlu; ýttu einum í botn og upp á hvern lítill muffinsbolli. Skeið um 1 matskeið tómat-pestó fyllingu í hvern bolla; þrýstu létt inn. Stráið parmesanosti yfir.

c) Bakið í 10 til 12 mínútur eða þar til kexkantarnir eru gullinbrúnir. Takið strax af pönnunni.

PESTÓ PIZZA

31. Basil og Olive Pizza

Skammtar fyrir hverja uppskrift: 6

Hráefni

- 1 (12 tommu) forbökuð pizzaskorpa 1/2 bolli pestó
- 1 þroskaður tómatur, saxaður
- 1/2 bolli græn paprika, saxuð
- 1 (2 oz.) dós saxaðar svartar ólífur, tæmd 1/2 lítill rauðlaukur, saxaður
- 1 (4 oz.) dós þistilhjörtu, tæmd og skorin í sneiðar
- 1 bolli mulinn fetaostur

Leiðbeiningar

a) Stilltu ofninn þinn á 450 gráður áður en þú gerir eitthvað annað.
b) Húðaðu pizzuskorpuna þína með pestósósunni og leggðu síðan eftirfarandi á skorpuna: feta, tómata, ætiþistla, papriku, rauðlauk og ólífur.
c) Eldið pizzuna í ofni í 12 mínútur.

32. Artichoke Pestó pizza

Skammtar fyrir hverja uppskrift: 4

Hráefni

- 1 tilbúin pizzaskorpa
- 1/4 bolli pestósósa
- 6 únsur. grillaðar kjúklingabringur, sneiddar
- 1 (6 oz.) krukkur skorin marineruð þistilhjörtu í fjórða lagi, tæmd
- 1/3 bolli sólþurrkaðir tómatar pakkaðir í olíu, tæmdir og saxaðir
- 2 únsur. hvítlauk og kryddjurtaostur
- 1 1/2 bolli rifinn pizzaostur, blandað ristuðu hvítlauksbragði ólífuolíu, til að pensla skorpuna

Leiðbeiningar

a) Stilltu ofninn þinn á 400 gráður F áður en þú gerir eitthvað annað
b) Skerið skorpuna með hvítlauksolíu jafnt og toppið með pestóinu, síðan kjúklingur, ætiþistlar, tómatar, geitaostur og ostur.
c) Eldið í ofni í um 10 mínútur.
d) Takið úr ofninum og njótið heitt.

33. New York grilluð pizza

Skammtar fyrir hverja uppskrift: 6

Hráefni

Deig

- 1 tilbúið pizzadeig Álegg 1
- 1 tsk ólífuolía
- 1/2 bolli pizzasósa
- 1 lítil rauð paprika, steikt þar til hún er mjúk
- 1 lítil gul paprika, steikt þar til hún er mjúk
- 1/2 laukur, skorinn í sneiðar og steiktur
- 3 nautakjötspylsur, skornar og soðnar
- 1 bolli mozzarella ostur, rifinn
- 1 msk þurrkað ítalskt kryddjurtakrydd
- 1/2 tsk hvítlauksduft ólífuolía

Álegg

- 1/4 bolli pestósósa

Leiðbeiningar

a) Áður en þú gerir eitthvað skaltu forhita grillið og smyrja það.
b) Skerið deigið í 4 bita. Fletjið þær út á hveitistráðu borði í 1/4 tommu hringi.
c) Húðaðu aðra hlið deighringsins með ólífuolíu. Grillið þær í 1 til 2 mín.
d) Snúðu þeim og klæddu hina hliðina með ólífuolíu.
e) Toppið þær með sósu, papriku, lauk, pylsu, osti, kryddjurtum og pestósósu.
f) Setjið lokið á og leyfið pizzunum að elda í 2 til 3 mín. Berið þær fram volgar.

34. Flatbrauð Caprese pizza

Skammtar fyrir hverja uppskrift: 4

Hráefni

- 1 blað laufabrauð
- 1 tómatur, skorinn í sneiðar
- hveiti
- 1/2 pund mozzarellaostur, skorinn í sneiðar
- eggjaþvott
- 1/2 bolli pestósósa

Leiðbeiningar

a) Stilltu ofninn þinn á 425 gráður F áður en þú gerir eitthvað annað og klæddu bökunarplötu með bökunarpappír.

b) Setjið smjördeigsdeigið á létt hveitistráð yfirborð og rúllið í ferhyrning sem er minna en 1/4 tommu þykkt.

c) Raðið rúlluðu deiginu á tilbúna bökunarplötuna og hjúpið með eggþvottinum.

d) Eldið í ofni í um 10 mínútur.

e) Takið úr ofninum og dreifið pestóinu jafnt yfir bakaða deigið og síðan tómatsneiðar og mozzarella.

f) Eldið í ofni í um það bil 5 mínútur.

g) Njóttu heitt.

PESTÓ PASTA

35. Pasta með osti pestó rækjum og sveppum

Skammtar fyrir hverja uppskrift: 8

Hráefni

- 1 (16 oz.) pakki linguine pasta
- 1 bolli tilbúið basil pestó
- 2 matskeiðar ólífuolía
- 1 pund soðin rækja, afhýdd og afveguð
- 1 lítill laukur, saxaður
- 20 sveppir, saxaðir
- 8 hvítlauksrif, skorin í sneiðar
- 3 roma (plómu) tómatar, skornir í teninga
- 1/2 bolli smjör
- 2 matskeiðar alhliða hveiti
- 2 bollar mjólk
- 1 klípa salt
- 1 klípa pipar
- 1 1/2 bolli rifinn Romano ostur

Leiðbeiningar

a) Í stórri pönnu af léttsöltuðu sjóðandi vatni, bætið pastanu út í og eldið í um 8-10 mínútur eða þar til þú ert tilbúinn og tæmdu vel og geymdu til hliðar.

b) Hitið olíu á meðalhita á stórri pönnu og steikið laukinn í um það bil 4-5 mínútur.

c) Bætið smjöri og hvítlauk út í og steikið í um 1 mínútu.

d) Á meðan í skál, blandið saman mjólk og hveiti og hellið í pönnu, hrærið stöðugt.

e) Hrærið salti og svörtum pipar út í og eldið, hrærið í um það bil 4 mínútur.

f) Bætið ostinum saman við og hrærið stöðugt þar til hann bráðnar alveg.

g) Hrærið pestóinu og rækjunum, tómötunum og sveppunum út í og eldið í um það bil 4 mínútur eða þar til það er alveg hitað.

h) Bætið pastanu út í og blandið yfir og berið fram strax.

36. Ostur Pestó Kjúklingur & Pasta Bakað

Skammtar fyrir hverja uppskrift: 12

Hráefni

- 1/2 bolli kryddað brauðrasp
- 1/2 bolli rifinn parmesanostur
- 1 matskeiðar ólífuolía
- 1 (16 oz.) box penne pasta
- 6 bollar soðinn kjúklingur í teningi
- 4 bollar rifin ítalsk ostablanda
- 3 bollar ferskt barnaspínat
- 1 (15 oz.) dós muldir tómatar
- 1 (15 oz.) krukku Alfredo sósa
- 1 (15 oz.) krukku pestósósa
- 1 1/2 bolli mjólk

Leiðbeiningar

a) Stilltu ofninn þinn á 350 gráður F áður en þú gerir eitthvað annað og húðaðu 13x9 tommu bökunarrétt með eldunarúða.
b) Í lítilli skál, bætið parmesan osti, brauðmylsnu og olíu saman við og blandið þar til vel blandað saman og haldið til hliðar.
c) Í stórri pönnu af léttsöltuðu sjóðandi vatni, bætið pastanu út í og sjóðið í um 10-11 mínútur eða þar til þú ert tilbúinn og tæmdu vel og geymdu til hliðar.
d) Á sama tíma í stórri skál, bætið hinum hráefnunum út í og blandið saman og hrærið síðan pastanu saman við.
e) Leggið kjúklingablönduna jafnt yfir á tilbúið bökunarform og dreifið parmesanblöndunni jafnt yfir.
f) Eldið réttinn í ofni í 40-45 mínútur eða þar til toppurinn er orðinn gullinbrúnn og freyðandi.

37. Pestó spíralar

Skammtar fyrir hverja uppskrift: 2

Hráefni

- 1 matskeiðar ólífuolía
- 4 litlir kúrbít, skornir í núðlulaga þræði
- 1/2 bolli tæmd og skoluð niðursoðnar garbanzo baunir (kjúklingabaunir)
- 3 matskeiðar pestó, eða eftir smekk
- salt og malaður svartur pipar eftir smekk
- 2 matskeiðar rifinn hvítur Cheddar ostur, eða eftir smekk

Leiðbeiningar

a) Hitið olíu á meðalhita í pönnu.
b) Hrærið kúrbítnum saman við og eldið í um 5-10 mínútur eða þar til allur vökvinn er frásogaður.
c) Hrærið pestóinu og kjúklingabaununum út í og lækkið hitann strax í miðlungs lágan og eldið í um það bil 5 mínútur eða þar til kjúklingabaunirnar og kúrbítsnúðlurnar eru alveg húðaðar.
d) Hrærið salti og svörtum pipar út í og setjið kúrbítsblönduna strax á diska.
e) Skreytið réttinn með ostinum og berið fram strax.

38. Ostur pestó rækjur með pasta

Skammtar fyrir hverja uppskrift: 8

Hráefni

- 1 pund linguine pasta
- 1/3 bolli pestó
- 1/2 bolli smjör
- 1 pund stór rækja, afhýdd og afveguð
- 2 bollar þungur rjómi
- 1/2 tsk malaður svartur pipar
- 1 bolli rifinn parmesanostur

Leiðbeiningar

a) Í stórri pönnu af léttsöltuðu sjóðandi vatni, bætið pastanu út í og eldið í um 8-10 mínútur eða þar til þú ert tilbúinn og tæmdu vel og geymdu til hliðar.

b) Á meðan, bræðið smjörið á stórri pönnu við meðalhita. Bætið rjómanum og svörtum pipar út í og eldið, hrærið stöðugt í um 6-8 mínútur.

c) Bætið ostinum út í og hrærið þar til það hefur blandast vel saman. Hrærið pestóinu út í og eldið, hrærið stöðugt í um 3-5 mínútur.

d) Bætið rækjunni út í og eldið í um 3-5 mínútur. Berið fram heitt með pasta.

39. Pestó valhnetupasta

Skammtar fyrir hverja uppskrift: 8

Hráefni

- ólífuolía
- 2 pund. ferskt spínat, hreinsað
- 2 pund. fitulaus ricotta ostur
- 4 stór hvítlauksrif, skorin í bita
- 1/2 tsk salt
- Nýmalaður svartur pipar eftir smekk
- 1/2 bolli rifinn parmesanostur
- 1/3 bolli niðurskornar valhnetur, létt ristaðar
- 1 (24 oz.) krukku tómatsósa
- 16 ferskar, ósoðnar lasagna núðlur
- 1/2 pund mozzarella, rifinn

Valhnetupestó:

- 3 bollar pakkað fersk basilíkublöð
- 3 stór hvítlauksrif
- 1/3 bolli létt ristaðar valhnetur
- 1/3 bolli extra virgin ólífuolía
- 1/3 bolli rifinn parmesanostur
- Salt og pipar eftir smekk
- Auka ólífuolía (til geymslu)

Leiðbeiningar

a) Stilltu ofninn þinn á 350 gráður F áður en þú gerir eitthvað annað og húðaðu 13x9 tommu eldunarskál með matreiðsluúða.

b) Fyrir pestóið, í matvinnsluvél, bætið við basil, hvítlauk og valhnetum og pulsið þar til það er fínt saxað. Á meðan mótorinn gengur hægt, bætið við olíunni og pulsið þar til það er slétt og setjið yfir í skál og blandið parmesan, salti og svörtum pipar út í.

c) Blandið saman kotasælu- eða ricottaostinum, helmingnum af parmesan, pestói, spínati, hvítlauk, valhnetum, salti og svörtum pipar í stóra skál.

d) Setjið helminginn af tom ato sósunni í botninn á tilbúnu bökunarforminu og setjið 1 lag af ósoðnum lasagna núðlum yfir tómatsósuna.
e) Setjið þriðjung af spínatblöndunni yfir núðlurnar og síðan 1/3 af mozzarella. Endurtaktu lögin einu sinni og endaðu með síðasta lagi af núðlum.
f) Lokið og eldið í ofni í um 35 mínútur.
g) Afhjúpaðu eldfast mótið og stráið toppnum af lasagninu með fráteknum parmesanosti og eldið í 15 mínútur í viðbót.

40. Pestó lasagna

Skammtar fyrir hverja uppskrift: 8

Hráefni

- 1/4 bolli furuhnetur
- 3 bollar fersk basilíkublöð
- 3/4 bolli rifinn parmesanostur
- 1/2 bolli ólífuolía
- 4 hvítlauksrif
- 12 lasagna núðlur
- matreiðslu sprey
- 3 matskeiðar ólífuolía
- 1 bolli saxaður laukur
- 2 (12 oz.) pakkar frosið saxað spínat
- 3 hvítlauksrif, pressuð
- 3 bollar soðnar kjúklingabringur í teningum
- 1 tsk salt
- 1 tsk malaður svartur pipar
- 2 bollar ricotta ostur
- 3/4 bolli rifinn parmesanostur
- 1 egg
- 2 bollar rifinn mozzarella ostur

Leiðbeiningar

a) Stilltu ofninn þinn á 350 gráður F áður en þú gerir eitthvað annað og húðaðu 13x9 tommu eldunarskál með matreiðsluúða.
b) Í upphitaðri nonstick pönnu, bætið furuhnetunum við meðalhita og eldið, hrærið oft í um það bil 3 mínútur eða þar til þær eru ristaðar.
c) Í matvinnsluvél, bætið ristuðu furuhnetunum og restinni af pestóinu Hráefninu út í og pulsið þar til það er slétt og haldið til hliðar.
d) Fyrir lasagna, í stórri pönnu af léttsöltu sjóðandi vatni, bætið lasagna núðlunum út í og eldið þær í um það bil 8-10 mínútur eða þar til viðkomandi er tilbúinn og látið renna vel af og geymið til hliðar.

e) Hitið olíu á meðalháum hita á stórri pönnu og steikið laukinn og hvítlaukinn í um það bil 5 mínútur.
f) Bætið spínatinu út í og eldið í um 5 mínútur.
g) Bætið kjúklingnum út í og eldið í um 5 mínútur og hrærið smá salti og svörtum pipar út í og takið af hitanum og látið hann kólna.
h) Blandið saman parmesan, ricotta, eggi, 1 1/2 bolli af pestó og kjúklingablöndu í skál.
i) Setjið afganginn af pestóinu jafnt í botninn á tilbúnu pottinum og toppið allt með 4 lasagna núðlum.
j) Setjið þriðjung af kjúklingablöndunni jafnt yfir núðlurnar og síðan þriðjungur af mozzarella og endurtakið lögin tvisvar.
k) Eldið allt í ofni í um 35-40 mínútur eða þar til toppurinn er orðinn gullinbrúnn og freyðandi.

41. Pasta með pestó grænmeti

Skammtar fyrir hverja uppskrift: 8

Hráefni

- 1 bolli fersk basilíkublöð
- 2 hvítlauksgeirar, skornir í bita
- 1/4 bolli furuhnetur
- 1/2 bolli parmesanostur
- 1/4 bolli ólífuolía
- 2 matskeiðar sítrónusafi
- 4 bollar mini penne pasta
- 1 matskeiðar ólífuolía
- 1 matskeiðar ólífuolía
- 1/4 bolli furuhnetur
- 1 bolli saxaður aspas
- 1/2 bolli niðurskorinn kúrbít
- 1/2 bolli sneiðar Kalamata ólífur
- 1/2 bolli ristuð rauð paprika í teningum
- 1/2 bolli saxaðir sólþurrkaðir tómatar
- 1/2 bolli rifinn parmesanostur

Leiðbeiningar

a) Í stórri pönnu af léttsöltu sjóðandi vatni, bætið pastanu út í og eldið í um það bil 11 mínútur eða þar til það er tilbúið og látið renna vel af og hellið yfir í skál með 1 msk af olíu og haldið til hliðar.

b) Á meðan, í matvinnsluvél, bætið við basil, hvítlauk, 1/2 bolla af osti, 1/4 bolli af olíu, 1/4 bolla af furuhnetum og sítrónusafa og blandið þar til mjúkt og haldið til hliðar.

c) Hitið olíuna sem eftir er í stórri pönnu á meðalhita og eldið 1/4 bolla af furuhnetum sem eftir er.

d) Eldið þar til það er gullbrúnt og færið yfir á disk og haldið til hliðar.

e) restinni af hráefninu nema ostinum á sömu pönnu og eldið í um 5-7 mínútur og hrærið furuhnetunum saman við.

f) Bætið við viðeigandi magni af pestói og pasta og blandið saman.

g) Berið fram strax með osti.

42. Pestó Spaghetti

Skammtar fyrir hverja uppskrift: 4

Hráefni

- 1 1/2 bolli söxuð steinselja
- 1 bolli olía
- 4 matskeiðar saxuð basil
- 3 únsur. rifinn parmesanostur
- salt
- 26,5 únsur. spaghetti
- pipar
- 2 únsur. smjör
- 1 hvítlauksrif
- parmesan ostur
- 2 únsur. malaðar möndlur
- 2 únsur. valhnetur

Leiðbeiningar

a) Undirbúið spaghettíið með því að fylgja leiðbeiningunum á pakkanum. Tæmdu það.

b) Fáðu þér matvinnsluvél: Settu í hann steinselju, basil, salt, pipar, pressaðan hvítlauk, möndlur, valhnetur og olíu. Blandið þeim slétt saman.

c) Fáðu þér hrærivélarskál: Hrærið smjörinu saman við heita pastað út í.

d) Hrærið pestósósunni saman við með smá salti og pipar.

e) Stráið smá parmesanosti yfir. Berið það fram strax.

43. Lasagna Alfredo

Skammtar fyrir hverja uppskrift: 8

Hráefni

- 1 (16 oz.) pakki lasagna núðlur
- 2 matskeiðar ólífuolía
- 1 lítill laukur, saxaður
- 1 (16 oz.) pakki frosið saxað spínat, þíðað
- 7 únsur. basil pestó
- 30 únsur. ricotta ostur
- 1 egg
- 1/2 tsk salt
- 1/4 tsk malaður svartur pipar
- 1/4 tsk malaður múskat
- 2 bollar mozzarella ostur, rifinn
- 9 únsur. Pastasósa að hætti Alfredo
- 1/4 bolli rifinn parmesanostur

Leiðbeiningar

a) Stilltu ofninn þinn á 350 gráður áður en þú gerir eitthvað annað.
b) Húðaðu bökunarréttinn þinn með nonstick úða, eða olíu.
c) Fáðu þér skál, blandaðu saman: þeyttum eggjum, múskati, pipar, ricotta og salti.
d) Sjóðið pastað í 9 mínútur í söltu vatni. Fjarlægðu allan vökva.
e) Hrærið spínat og lauk með ólífuolíu. Þar til laukurinn er orðinn mjúkur. Slökkvið á hitanum og bætið síðan pestói út í.
f) Bætið öllu í rétt á eftirfarandi hátt: núðlum, spínati, ricotta, mozzarella. Haltu áfram þar til allt er notað. Skreytið með smá parmesan.
g) Eldið í 50 mínútur. Á meðan það er þakið. Látið allt sitja í 10 mínútur.

44. Hvítlaukur og basil Gnocchi

Skammtar fyrir hverja uppskrift: 4

Hráefni

- 2 bollar fersk basil, þétt pakkað
- 1/4 bolli furuhnetur, létt ristaðar
- 2 hvítlauksgeirar, saxaðir
- 1/3 bolli extra virgin ólífuolía
- 1/2 bolli parmesanostur, rifin sósa
- 2 tsk ólífuolía
- 1 hvítlauksgeiri, pressaður
- 300 ml rjómi
- 500 g kartöflugnocchi
- salt og pipar
- 1 msk sítrónusafi
- fersk basil, til að skreyta
- sítrónubátur, til að bera fram

Leiðbeiningar

a) Fyrir pestóið í matvinnsluvél, bætið við basilíkunni, furuhnetunum og hvítlauknum og blandið þar til mjúkt.
b) Á meðan mótorinn gengur hægt, bætið olíunni út í og pulsið þar til það er vel blandað saman. Bætið við parmesan og blandið þar til slétt er.
c) Hitið olíuna á lítilli pönnu á meðalhita og steikið hvítlaukinn í um það bil 1 mínútu.
d) Bætið rjómanum og 3 msk af pestóinu út í og látið suðuna koma upp.
e) Lækkið hitann í lágan og látið malla í um 3 mínútur.
f) Á meðan skaltu elda gnocchi samkvæmt leiðbeiningum á pakkanum.
g) Hellið vel af og setjið gnocchi í stóra skál með sósunni og blandið saman.
h) Hrærið salti, pipar og sítrónusafa út í rétt áður en það er borið fram.
i) Berið fram með skreytingu af basilíkunni og við hlið sítrónubáta.

45. Pestó Gnocchi

Skammtar fyrir hverja uppskrift: 4

Hráefni

- 1 matskeiðar ólífuolía
- 1 roðlaus, beinlaus kjúklingabringa hálf - skorin í 1 1/2 tommu teninga
- salt og malaður svartur pipar eftir smekk 2 msk kjúklingasoð
- 1 8 únsur. krukku útbúið pestó
- 1 12 únsur. pakki kartöflugnocchi
- 4 únsur. litlar ferskar mozzarella kúlur

Leiðbeiningar

a) Kryddið kjúklingabitana jafnt með salti og pipar.
b) Hitið ólífuolíuna á pönnu og eldið í um 7-10 mínútur.
c) Flyttu kjúklingnum yfir í skál með skálinni og geymdu dropana á pönnunni.
d) Bætið kjúklingasoðinu á sömu pönnu og látið suðuna koma upp, skafið brúnuðu bitana af botninum á pönnunni með tréskeið.
e) Eldið í um 7-10 mínútur.
f) Hrærið soðnum kjúklingi og pestói saman við og takið af hellunni.
g) Í stórri pönnu af léttsöltu sjóðandi vatni, eldið gnocchiið við háan hita í um það bil 3 mínútur.
h) Flyttu gnocchi með skálinni yfir og geymdu vatnið á pönnunni.
i) Raðið pönnunni með kjúklingablöndunni yfir sjóðandi vatnið og eldið í um 5 mínútur, hrærið af og til.
j) Færið gnocchi yfir á diskana og toppið með kjúklingablöndunni.
k) Bætið mozzarella saman við og hrærið þar til það hefur blandast vel saman.

46. Parmesan pestó

Skammtar fyrir hverja uppskrift: 8

Hráefni

- 1 (16 oz.) pakki penne pasta
- 2 matskeiðar smjör
- 2 matskeiðar ólífuolía
- 4 roðlausar, beinlausar kjúklingabringur, skornar í þunnar strimla
- 2 hvítlauksgeirar, sneiddur salt og pipar eftir smekk
- 1 1/4 bolli þungur rjómi
- 1/4 bolli pestó
- 3 matskeiðar rifinn parmesanostur

Leiðbeiningar

a) Í stórri pönnu af léttsöltuðu sjóðandi vatni, bætið pastanu út í og eldið í um 8-10 mínútur eða þar til þú ert tilbúinn og tæmdu vel og geymdu til hliðar.

b) Hitið olíu og smjör í stórri pönnu á miðlungshita og eldið kjúklinginn í um 5-6 mínútur eða þar til hann er næstum tilbúinn.

c) Lækkið hitann í miðlungs lágan og hrærið restinni af hráefninu saman við og eldið þar til kjúklingurinn er alveg tilbúinn.

d) Bætið pastanu út í og blandið vel yfir og berið fram strax.

PESTÓRÉTIR

47. Basil kjúklingur

Skammtar fyrir hverja uppskrift: 4

Hráefni

- 4 roðlausir, beinlausir kjúklingabringur helmingar
- 1/2 bolli tilbúið basil pestó, skipt
- 4 þunnar sneiðar prosciutto, eða fleiri ef þarf

Leiðbeiningar

a) Smyrjið eldfast mót með olíu og stillið ofninn á 400 gráður áður en maður gerir eitthvað annað.

b) Toppið hvern kjúklingabita með 2 matskeiðum af pestói og hyljið síðan hvern kjúkling með bita af prosciutto.

c) Setjið svo allt í fatið.

d) Eldið allt í ofninum í 30 mínútur þar til kjúklingurinn er fullbúinn.

e) Njóttu.

48. Ostur spínat pestó

Skammtar á hverja uppskrift: 24

Hráefni

- 1 1/2 bolli barnaspínatlauf
- 3/4 bolli fersk basilíkublöð
- 1/2 bolli ristaðar furuhnetur
- 1/2 bolli rifinn parmesanostur
- 4 hvítlauksrif, afhýdd og skorin í fjórða
- 3/4 tsk kosher salt
- 1/2 tsk nýmalaður svartur pipar
- 1 msk ferskur sítrónusafi
- 1/2 tsk sítrónubörkur
- 1/2 bolli extra virgin ólífuolía

Leiðbeiningar

a) Í matvinnsluvél, bætið 2 matskeiðum af olíu og afganginum af hráefninu út í og pulsið þar til það hefur blandast vel saman.

b) Á meðan mótorinn er í gangi hægt, bætið þá olíu sem eftir er út í og púlsið þar til það er slétt.

49. Provolone Pesto

Skammtar fyrir hverja uppskrift: 1

Hráefni

- 2 sneiðar ítalskt brauð
- 2 sneiðar tómatar
- 1 msk mjúkt smjör, skipt
- 1 sneið amerískur ostur
- 1 msk tilbúin pestósósa, skipt
- 1 sneið provolone ostur

Leiðbeiningar

a) Dreifið 1/2 msk af smjöri jafnt yfir 1 sneið. Í nonstick pönnu, raða sneiðinni, smurðu hliðinni niður á miðlungshita.

b) Setjið 1/2 matskeið af pestó jafnt ofan á smurðri sneið, fylgt eftir með provolone ostasneið, tómatsneiðum og amerískum ostasneið.

c) Setjið afganginn af pestóinu jafnt yfir aðra sneið og hyljið sneiðina á pönnunni með pestóhliðinni niður.

d) Dreifið nú afganginum af smjörinu ofan á samlokuna og eldið allt í um það bil 5 mínútur frá báðum hliðum eða þar til það er gullbrúnt.

50. Ostafylltar Pestó Kjötbollur

Skammtar fyrir hverja uppskrift: 12

Hráefni

- 3 pund. malaður kalkúnn
- 1 bolli fínt saxaður laukur
- 4 hvítlauksgeirar, skornir í teninga
- 1 egg
- 1 bolli brauðrasp að ítölskum stíl
- 1/2 bolli rifinn Parmigiano-Reggiano ostur
- 1/2 bolli söxuð fersk flatblaða steinselja
- 1/4 bolli tilbúið pestó
- 1/4 bolli mjólk
- 1 msk salt
- 2 tsk nýmalaður svartur pipar
- 1 pund ferskur mozzarella, skorinn í litla teninga
- 3 matskeiðar extra virgin ólífuolía
- 2 (24 oz.) krukkur marinara sósa

Leiðbeiningar

a) Stilltu ofninn þinn á 375 gráður F áður en þú gerir eitthvað annað.

b) Í stóra skál, bætið kalkúnnum, egginu, Parmigiano-Reggiano ostinum, pestóinu, mjólkinni, brauðmylsnunni, lauknum, hvítlauknum, steinseljunni, salti og svörtum pipar saman við og blandið þar til vel blandað saman og búið til 1 tommu kjötbollur.

c) Búðu til gat í miðju hverrar kúlu með fingrunum og fylltu götin með mozzarella teningum.

d) Í nonstick pönnu, raða kjötbollunum í eitt lag og dreypið olíu jafnt yfir.

e) Eldið kjötbollurnar í ofninum í 30 mínútur eða þar til þær eru orðnar þær sem þær vilja.

f) Bætið marinara sósunni á pönnu á lágum hita og látið sjóða rólega.

g) Leggið kjötbollurnar varlega á pönnu með marinara sósu og látið þær malla í að minnsta kosti 2 mínútur.

51. Pasta með Pestó kjúkling og spínati

Skammtar fyrir hverja uppskrift: 4

Hráefni

- 2 matskeiðar ólífuolía
- 2 hvítlauksgeirar, smátt saxaðir
- 4 roðlausir, beinlausir kjúklingabringur helmingar - skornir í strimla
- 2 bollar fersk spínatlauf
- 1 (4,5 oz.) pakki þurr Alfredo sósu blanda
- 2 matskeiðar pestó
- 1 (8 oz.) pakki þurrt penne pasta
- 1 msk rifinn Romano ostur

Leiðbeiningar

a) Hitið olíu á meðalháum hita á stórri pönnu og steikið hvítlaukinn í um það bil 1 mínútu.
b) Bætið kjúklingnum út í og eldið í um 7-8 mínútur frá báðum hliðum og hrærið spínatinu saman við og eldið í um 3-4 mínútur.
c) leiðbeiningum á pakkanum og bætið pestóinu út í og hrærið til að blanda saman og geyma til hliðar.
d) Í stórri pönnu af léttsöltuðu sjóðandi vatni, bætið pastanu út í og eldið í um 8-10 mínútur eða þar til óskað er eftir og látið renna vel af.
e) Í stóra skál, bætið soðnu pastanu, kjúklingablöndunni og pestóblöndunni saman við og blandið til að hjúpa vel.
f) Berið fram strax með osti.

52. Steikt eggaldin

Skammtar fyrir hverja uppskrift: 2

Hráefni

- 1/2 bolli ólífuolía, til steikingar
- 2 stór eggaldin, helminguð langsum
- 1 klípa salt og malaður svartur pipar eftir smekk
- 1/4 bolli fersk basilíkublöð
- 3 hvítlauksgeirar, sneiddir
- 2 matskeiðar furuhnetur
- 2 matskeiðar nýrifinn parmesanostur
- 3 matskeiðar extra virgin ólífuolía, fyrir pestó

Leiðbeiningar

a) Stilltu grillið á ofninum þínum á lágt og raðaðu grindinni um 6 tommur frá hitaeiningunni.

b) Með beittum hníf, skerið rifur í þversniðna hönnun í hvern eggaldinhelming (Gætið þess að stinga ekki í húðina) og kryddið eggaldinið með salti og svörtum pipar

c) Hitið 1/2 bolla af ólífuolíu á miðlungshita í stórri pönnu.

d) Setjið eggaldin helmingana varlega í pönnuna, húðhliðin snýr upp og eldið í um 10 mínútur eða þar til þær eru gullinbrúnar.

e) Skiptið um hlið og eldið í um 2-3 mínútur og færið yfir á pappírsklædda disk.

f) Á meðan í matvinnsluvél, bætið basil, hvítlauk, osti, furuhnetum og helmingi olíunnar út í og blandið þar til vel blandað saman.

g) Á meðan mótorinn er í gangi hægt, bætið þá olíu sem eftir er út í og púlsið þar til það er slétt.

h) Setjið eggaldinhelmingana á pönnu með roðhliðinni niður og toppið hvern helming með pestói.

i) Steikið í um 7-10 mínútur eða þar til toppurinn verður freyðandi.

53. Blandað medley pestó

Skammtar fyrir hverja uppskrift: 4

Hráefni

- 6 1/2 bolli vatn
- 1 stór kúrbít, skorinn í teninga
- 6 teningur grænmetiskraftur
- 2 matskeiðar sólþurrkað tómatpestó
- 2 meðalstórar kartöflur, skornar í teninga
- 2 gulrætur, skornar í teninga
- 1 meðalstór laukur, skorinn í bita

Leiðbeiningar

a) Bætið vatninu við á stórri pönnu og látið suðuna koma upp við meðalhita og leysið grænmetissoðsteningana alveg upp.
b) Bætið öllu grænmetinu út í og eldið í um það bil 10 mínútur og lækkið hitann í lágan.
c) Hrærið pestóinu út í og látið malla í um 35 mínútur eða þar til kartöflurnar eru alveg tilbúnar.

54. Kúrbít með pestó og osti

Skammtar fyrir hverja uppskrift: 4

Hráefni

- 4 kúrbítar, skornir í sneiðar
- 1 bolli basil pestó
- 4 matskeiðar parmesanostur

Leiðbeiningar

a) Í gufubát, raða kúrbítnum yfir um það bil 1 tommu af sjóðandi vatni.
b) Eldið, lokið í um það bil 2-6 mínútur eða þar til tilætluðum bragði er náð.
c) Setjið kúrbítinn í skál með pestóinu og blandið vel saman.
d) Berið fram með skraut af osti.

55. Makkarónur í rjómalagðri nautasósu

Skammtar fyrir hverja uppskrift: 6

Hráefni

- 1 (16 oz.) pakki olnbogamakkarónur
- 1/2 bolli sýrður rjómi
- 1 pund nautahakk
- 1/2 bolli pestó

Leiðbeiningar

a) Í stórri pönnu af léttsöltu sjóðandi vatni, bætið makkarónunum út í og eldið í um það bil 8-10 mínútur eða þar til þú ert tilbúinn og tæmdu vel og hafðu til hliðar.
b) Hitið olíu á meðalháum hita á stórri pönnu og eldið nautakjöt í um það bil 5-7 mínútur eða þar til það er brúnt og tæmið alla fituna.
c) Bætið rjómanum og pestóinu út í og hrærið saman.
d) Eldið þar til það er alveg heitt.
e) Hrærið makkarónunum saman við og berið fram strax.

56. Pestó steik

Skammtar fyrir hverja uppskrift: 6

Hráefni

- 4 hvítlauksrif
- 2 bollar pakkað fersk basilíkublöð
- 1/3 bolli furuhnetur
- 1/2 bolli extra virgin ólífuolía
- 1/2 bolli nýrifinn parmesanostur
- 1 1/2 matskeiðar ferskur sítrónusafi
- 3/4 tsk rauðar piparflögur
- 6 (6 oz.) flatjárnsteikur
- 2 stór hvítlauksrif, skorin í bita
- salt og pipar eftir smekk

Leiðbeiningar

a) Stilltu grillið á meðalháan hita og klæddu grillristina með smá matreiðsluúða.
b) Í matvinnsluvél, bætið basilíkunni, 4 hvítlauksgeirum og furuhnetum út í og pulsið þar til það er fínt saxað.
c) Á meðan mótorinn gengur hægt, bætið við olíunni og púlsið þar til slétt er.
d) Bætið sítrónusafa, osti, rauðum piparflögum, salti og svörtum pipar út í og pulsið þar til það er vel blandað og slétt og haldið til hliðar.
e) Nuddið steikinni jafnt með 2 hvítlauksrifunum sem eftir eru og stráið salti og svörtum pipar yfir.
f) Eldið steikina á grillinu í um 4 mínútur frá báðum hliðum, hjúpið með smá pestóblöndu af og til.
g) Berið steikina fram með áleggi af pestói sem eftir er.

57. Pestó Bleikur Pilaf

Skammtar fyrir hverja uppskrift: 4

Hráefni

- 1 1/2 pund. laxflök, skorin í 1 tommu teninga
- 1/3 bolli pestó
- 2 matskeiðar smjör
- 2 skalottlaukar, smátt saxaðir
- 1 bolli ósoðin langkorna hvít hrísgrjón
- 2 1/2 bolli fiskikraftur
- 2/3 bolli þurrt hvítvín

Leiðbeiningar

a) Í skál, bætið laxi og pestói út í og blandið vel yfir og geymið til hliðar.
b) Bræðið smjör á pönnu við meðalhita og steikið skalottlaukana í um 2-3 mínútur eða þar til þeir eru mjúkir.
c) Bætið við víni, seyði og hrísgrjónum og hrærið saman og látið suðuna koma upp.
d) Lækkið hitann í lágan og látið malla undir loki í um 15 mínútur.
e) Takið lokið af pönnunni og setjið laxinn yfir hrísgrjón og látið malla undir loki í um 25-30 mínútur eða þar til laxinn og hrísgrjónin eru alveg tilbúin.

58. Pestó fiskur

Skammtar fyrir hverja uppskrift: 4

Hráefni

- 1/4 bolli furuhnetur
- 1/2 bolli grófsöxuð fersk basilíka
- 1/4 bolli rifinn parmesanostur
- 1 hvítlauksgeiri, skorinn í bita
- 3 matskeiðar extra virgin ólífuolía
- salt og nýmalaður svartur pipar eftir smekk
- 1 pund laxaflök

Leiðbeiningar

a) Stilltu grillið þitt á meðalháan hita og húðaðu grillristina með smá matreiðsluúða.

b) Bætið furuhnetum í forhitaðri lítilli nonstick pönnu á miðlungshita og eldið, hrærið í um það bil 5 mínútur eða þar til þær eru ristaðar.

c) Í matvinnsluvél, bætið ristuðum furuhnetum, parmesan, basil og hvítlauk út í og blandið þar til þykkt deig myndast.

d) Á meðan mótorinn gengur hægt, bætið við olíunni og pulsið þar til það er slétt og kryddið með salti og svörtum pipar.

e) Setjið laxaflökin yfir grillristina með skinnhliðinni niður og eldið undir lok í um 8-15 mínútur eða þar til laxinn er um 2/3 tilbúinn.

f) Setjið nú laxaflökin á bökunarplötu og hyljið hvert flök með pestó jafnt.

g) Stilltu grillið á ofninum þínum fyrir upphitun og raðaðu grindinni um 6 tommur frá hitaeiningunni.

h) Steikið laxaflökin í um það bil 5 mínútur eða þar til laxinn er tilbúinn og pestóið orðið freyðilegt.

59. Parmesan pestó risotto

Skammtar fyrir hverja uppskrift: 2

Hráefni

- 1 bolli risotto hrísgrjón (Arborio)
- 2 1/2 bolli kjúklingakraftur
- 1 matskeiðar smjör
- 1 rauð paprika, söxuð
- 1 laukur, saxaður
- 1 tómatur, saxaður
- 1/2 kúrbít, saxað
- 1/3 bolli baunir
- 1/2 bolli sveppir, sneiddir
- 2 -3 matskeiðar pestósósa
- parmesanostur, rifinn
- salt og pipar

Leiðbeiningar

a) Settu pott djúpa pönnu yfir miðlungshita. Hitið smjörið í því. Eldið í það laukinn í 2 mín.

b) Hrærið piparnum saman við og eldið þær í 2 mín. Lækkið hitann og hrærið hrísgrjónunum saman við.

c) Eldið þær í 1 mín. Hrærið 1/4 bolla af suðubolli út í og eldið þar til hrísgrjónin draga í sig það á meðan hrært er.

d) Hrærið tómötum saman við kúrbít. Eldið þær í 22 mín á meðan hrært er í og bætið við meira soði þegar þarf.

e) Hrærið sveppunum saman við með smá salti og pipar. Eldið þær í 5 mín á meðan hrært er.

f) Hrærið baununum saman við með einhverju sem er eftir af baujum. Kryddið þær með smá salti og pipar.

g) Berið risottoið þitt fram heitt með áleggi að eigin vali.

60. Tennessee Tilapia

Skammtar fyrir hverja uppskrift: 2

Hráefni

- 1/2 pint kirsuberjatómatar
- salt og pipar
- 4 hvítlauksrif, söxuð   Topping
- 2 tsk extra virgin ólífuolía
- sítrónubátur
- 2 matskeiðar pestósósa
- 1 sítrónu
- 2 (4 oz.) tilapia flök

Leiðbeiningar

a) Stilltu ofninn þinn á 425 gráður F áður en þú gerir eitthvað annað.
b) Í skál, bætið tómötum, hvítlauk, ólífuolíu og smá salti og pipar saman við og blandið varlega saman.
c) Færið blönduna yfir á bökunarplötu og eldið í ofni í um 10 mínútur.
d) Bætið smá af sítrónusafanum og pestóinu í skál og blandið vel saman.
e) Kryddið tilapia flökin með salti og pipar.
f) Dreifið pestóblöndunni yfir hvert tilapia flak.
g) Skerið djúsuðu sítrónuhelmingana í tvennt aftur.
h) Raðið 4 sítrónubitum á bökunarplötu.
i) Setjið hvert flak yfir 2 sítrónubita.
j) Eldið í ofni í um 10 mínútur.
k) Setjið 1 flök í hverja diska.
l) Skiptið tómatblöndunni á báða diskana.
m) Berið fram með sítrónubátunum.

61. Basil Puttanesca kræklingur

Skammtar fyrir hverja uppskrift: 4

Hráefni

- 1/2 bolli basil
- 1/2 bolli ítalsk steinselja
- 1/2 bolli valhnetur
- 1/4 bolli ólífuolía
- 2 söxuð hvítlauksrif
- 2 matskeiðar sítrónusafi
- 1/2 tsk salt
- 8 únsur. englahárpasta
- 2 saxaðar sætar rauðar kirsuberjapipar
- 1 saxaður tómatur
- 1/8 bolli sólþurrkaðir tómatar pakkaðir í olíu
- 2 matskeiðar mulinn fetaostur
- 1/8 bolli hakkað ólífuolía, að eigin vali
- 1 tsk kapers
- 3 2/3 únsur. reyktan krækling
- pipar

Leiðbeiningar

a) Fyrir pestó í matvinnsluvél, bætið við valhnetum, ferskum kryddjurtum, hvítlauk, sítrónusafa, ólífuolíu og salti og pulsið þar til það er slétt.
b) Undirbúið pastað samkvæmt leiðbeiningum á pakkanum.
c) afganginn af hráefninu í stórt framreiðsluskál og blandið því vel saman.

62. Pennsylvania kjúklingakótilettur

Skammtar fyrir hverja uppskrift: 1

Hráefni

- 2 matskeiðar balsamic vínaigrette
- 1/2 focaccia brauð, skorið lárétt
- 1 bolli lauslega pakkað blandað grænt salat
- 3 -4 sneiðar vínþroskaðir tómatar
- 3 -4 sneiðar rauðlaukur
- 3 únsur. beinlausar roðlausar kjúklingabringur, grillaðar og skornar í sneiðar
- 1 msk majónesi
- 1 msk basil pestó

Leiðbeiningar

a) Setjið neðstu brauðsneiðina á disk. Dreypið balsamic vínaigrettunni yfir.
b) Leggðu yfir það salatgrænu og síðan tómata, lauk í sneiðum og kjúklingabringur.
c) Fáðu þér blöndunarskál: Þeytið í hana pestóið með majó. Dreypið blöndunni yfir kjúklingabringusneiðarnar.
d) Hyljið samlokuna með efstu brauðsneiðinni. Berið það fram strax.
e) Njóttu.

63. Sítrónu Pestó Fiskur

Skammtar fyrir hverja uppskrift: 4

Hráefni

- 2 pund. laxaflök, úrbeinað
- 1/2 bolli hvítvín
- 2 sítrónur
- 1 1/2 bolli pestó

Leiðbeiningar

a) Smyrjið bökunarpönnu með olíu og leggið síðan fiskbitana í hana með skinnið af fiskinum niður.
b) Hjúpaðu fiskinn með safa úr einni nýpressaðri sítrónu og toppaðu síðan allt með víninu.
c) Látið fiskinn liggja í fatinu í 20 mínútur.
d) Láttu nú grillið á ofninum þínum heitt áður en þú gerir eitthvað annað.
e) Leggið pestóið jafnt yfir fiskbitana og eldið allt undir grillinu.
f) Fyrir hverja 1 tommu af þykkt í fiskinum þínum. Steikið það í 9 mínútur.
g) Taktu nú fiskinn úr ofninum og toppaðu hann með safa af 2. nýpressaðri sítrónu.
h) Skerið afganginn af sítrónunni í þunnar bita og leggið yfir fiskinn.

64. Kalifornía Chimichurri Rib-Eye

Skammtar fyrir hverja uppskrift: 4

Hráefni

- 2 rib eye steikur
- 1/4 bolli pestósósa
- 2 matskeiðar rifinn parmesanostur
- 1 matskeiðar ólífuolía

Pestó

- 2 bollar basilíkublöð, pakkað
- 1/2 bolli rifinn Romano ostur
- 1/2 bolli extra virgin ólífuolía
- 1/3 bolli furuhnetur
- 3 meðalstór hvítlauksrif, söxuð
- salt & malaður svartur pipar

Leiðbeiningar

a) Stilltu grillið þitt á meðalhita og smyrðu grillristina létt.
b) Fyrir pestóið: Bætið furuhnetunum, basilíkunni og hvítlauknum í blandara og pulsið þar til það er fínt saxað.
c) Á meðan mótorinn er í gangi, bætið olíunni hægt út í og púlsið þar til það hefur blandast vel saman. Bætið við Romano ostinum, smá salti og svörtum pipar og pulsið þar til það hefur blandast vel saman.
d) Færið pestóið í skál. Bætið parmesanosti út í og blandið vel saman. Með beittum hníf skaltu skera lárétt inn í hverja nautasteik til að búa til vasa.
e) Setjið pestóblönduna jafnt í vasa hverrar steikar og ýttu á vasa með fingrunum til að loka.
f) Dreifið hverjum vasa með olíu jafnt.
g) Raðaðu steikarvösunum á grillið um 4-5 tommu frá hitaeiningunni.
h) Lokið og eldið á grillinu í um 6-7 mínútur á hvorri hlið.
i) Fjarlægðu steikurnar af grillinu og settu á skurðbretti.
j) Skerið hverja í þykka strimla og njótið.

65. Pekanhnetur, parmesan og pestókúskús

Skammtar fyrir hverja uppskrift: 4

Hráefni

- 2/3 bolli pecan bitar
- 1 matskeiðar smjör
- 1 1/2 bolli ferskir hnappasveppir í fjórðungi
- 1 laukur, saxaður
- 1 msk hakkaður ferskur hvítlaukur
- 2 tsk smjör
- 1 1/4 bolli vatn
- 1 (5,8 oz.) kassi kúskús
- 1 (8,5 oz.) flaska sólþurrkað tómatpestó
- 1/3 bolli fínt rifinn parmesanostur, eða meira eftir smekk
- salt og malaður svartur pipar eftir smekk

Leiðbeiningar

a) Ristaðu pekanhneturnar þínar í ofninum í eldfast mót í 25 mínútur.

b) Á meðan hrærið hvítlaukinn, laukinn og sveppina í 1 msk af smjöri í 9 mínútur. Setjið svo allt í skál.

c) Bræðið 2 matskeiðar til viðbótar af smjöri og bætið svo vatni út í og látið sjóða.

d) Þegar allt er að sjóða skaltu bæta kúskúsinu þínu í stóra skál og blanda því síðan saman við sjóðandi vatnið.

e) Settu áklæði á skálina með plastfilmu og láttu standa í 12 mínútur.

f) Eftir að allur vökvinn hefur verið frásogaður er hann hrærður með gaffli.

g) Bætið pestóinu, pekanhnetunum, parmesan og sveppunum út í kúskúsið og bætið svo smá pipar og salti.

h) Blandið öllu jafnt saman.

66. Kambódískt kjúklingapestó

Skammtar fyrir hverja uppskrift: 2

Hráefni

- 500 g kjúklingalæri, saxað
- 1 tsk ostrusósa
- 1 búnt basilíkublöð
- 1 tsk svört sæt sojasósa
- 4 heitar chilipipar, saxaðar
- 2 matskeiðar matarolía
- 1 handfylli jarðhnetur
- 150 ml vatn
- 1 msk saxaður hvítlaukur
- 1 msk fiskisósa

Leiðbeiningar

a) Hitið olíuna á pönnu og eldið kjúklinginn, chili, hvítlauk, fiskisósu og vatn í um það bil 10 mínútur.

b) Hrærið basil, hnetum, sætri sojasósu og ostrusósu saman við og eldið í um 2 mínútur.

67. Steinbítur Pestó

Skammtar fyrir hverja uppskrift: 4

Hráefni

- 3 matskeiðar smjör, skipt
- 1 (16 oz.) pakki frosinn heilkorna maís
- 1 laukur, meðalstór og saxaður
- 1 græn paprika, meðalstór, saxuð
- 1 rauð paprika, meðalstór, saxuð
- 3/4 tsk salt
- 3/4 tsk hvítur pipar
- 1/2 bolli hveiti
- 1/4 bolli gult maísmjöl
- 1 msk kreólakrydd
- 32 únsur. steinbítsflök
- 1/3 bolli súrmjólk
- 1 matskeiðar jurtaolía
- 1/2 bolli þeyttur rjómi
- 2 matskeiðar basil, saxað

Leiðbeiningar

a) Settu pönnu yfir háan hita. Hitið í það 2 matskeiðar af smjöri. Steikið í því maís, lauk, papriku, salt og pipar í 4 mín.

b) Fáðu þér grunna skál: Blandið hveiti, maísmjöli og kreólakryddi saman við.

c) Setjið fiskflökin í súrmjólkina og klæddu þau síðan með hveitiblöndunni.

d) Settu stóra pönnu yfir meðalhita. Hitið í það 1 matskeiðar af smjöri með olíu. Steikið í henni fiskflökin í 3 til 4 mín á hvorri hlið.

e) Tæmið fiskflökin og leggið á diska. Hrærið rjómanum með basil á sömu pönnu.

f) Hitið það í 1 til 2 mín. Slökktu á hitanum.

g) Helltu yfir þau flökin grænmetisblöndunni. Dreypið basil sósu ofan á.

h) Berið þær fram strax með hrísgrjónum.

PANINI, SMOKUR & ÚFJA

68. Ostur pestó samloka með opnu andliti

Skammtar fyrir hverja uppskrift: 8

Hráefni

- 1 (1 pund) brauð franskt baguette
- 2/3 bolli majónesi
- 1/3 bolli basil pestó
- 2 hvítlauksgeirar, skornir í bita
- 1/2 bolli nýrifinn parmesanostur
- salt eftir smekk

Leiðbeiningar

a) Stilltu ofninn þinn á broiler áður en þú gerir eitthvað annað.
b) Setjið brauðsneiðarnar í eitt lag á kökuplötu og steikið í um það bil 5-6 mínútur eða þar til þær eru létt ristaðar.
c) Takið allt úr ofninum og setjið strax á disk, skiptið um hlið á brauðsneiðinni, ristuð hliðin niður.
d) Nú skaltu stilla ofninn þinn á 350 gráður F áður en þú heldur áfram.
e) Í lítilli skál, bætið restinni af hráefninu saman við og blandið þar til vel blandað saman.
f) Dreifið pestóblöndunni jafnt yfir óristuðu hliðina á hverri sneið og raðið á kökuplötu. Eldið allt í ofninum í um 6-8 mínútur.
g) Nú skaltu stilla ofninn á grillið og steikja samlokuna þar til toppurinn verður gullinbrúnn og freyðandi.

69. Gyros Caprese

Skammtar fyrir hverja uppskrift: 12

Hráefni

- 4 pítubrauð umferðir
- 1 matskeiðar ólífuolía
- 1/4 tsk ítalskt krydd
- 1/4 bolli rifinn parmesanostur
- 8 únsur. mozzarella ostur
- 2 stórir plómutómatar
- 1/2 bolli basil, saxað
- 1/4 bolli ristaðar valhnetur, saxaðar
- 1 hvítlauksgeiri, pressaður
- 1/4 tsk salt
- 2 matskeiðar létt balsamic vinaigrette salatsósa
- 4 bollar barnagrænu

Leiðbeiningar

a) Stilltu ofninn þinn á 425 gráður F áður en þú gerir eitthvað annað.

b) Smyrjið pítuhringurnar jafnt með olíu og toppið með ítalska kryddinu og síðan parmesan ostinum.
c) Eldið í ofni í um 8-10 mínútur.
d) Á meðan, fyrir pestóið: Bætið basil, hvítlauk, valhnetum og salti í skál saman við og blandið þar til það hefur blandast vel saman.
e) Takið pítubollurnar úr ofninum og raðið á plötur með ostinum niður.
f) Setjið dressinguna jafnt á bakið á hverri pítuhring.
g) Skerið hverja umferð í 6 jafnstóra báta.
h) Raðið 12 pítubátum á fat.
i) Toppið hvern pítufleyg með einhverju grænmeti, 1 Mozzarella sneið, pestó og 1 tómatsneið.
j) Hyljið hvern fleyg með þeim sem eftir eru með ostinum upp.
k) Festið hverja samloku með tannstönglunum og njótið.

70. Flórída kjúklingur Panini

Skammtar fyrir hverja uppskrift: 4

Hráefni

- 4 beinlausar roðlausar kjúklingabringur, slegnar
- 3 matskeiðar ólífuolía
- 1 msk hakkaður hvítlaukur
- 1 msk þurrkað ítalskt krydd
- salt og pipar
- 1 1/2 bolli ristuð rauð paprika
- 4 sneiðar provolone ostur
- 3/4 bolli pestósósa
- 8 sneiðar ítalskt brauð ólífuolía

Leiðbeiningar

a) Raðið kjúklingabringunum á milli 2 blaða af vaxpappír og með kjöthamri, sláið í jafna þykkt.
b) Í skál, bætið hvítlauknum, 3 msk af olíunni, ítölsku kryddinu og piparnum saman við og blandið vel saman.

c) Bætið kjúklingabringunum út í og hjúpið með olíublöndunni ríkulega.
d) Sett í ísskáp í um 2 klst.
e) Takið kjúklingabringurnar úr marineringunni og stráið salti og pipar yfir jafnt yfir.
f) Setjið pönnu yfir meðalhita þar til hún er í gegn.
g) Bætið kjúklingabitunum út í og eldið í um það bil 10 mínútur, snúið einu sinni í hálfa leið.
h) Færið kjúklingabringurnar yfir á disk.
i) Setjið ristuðu paprikuna jafnt yfir hverja kjúklingabringu og síðan 1 ostasneið.
j) Settu pestóið jafnt á báðar hliðar hverrar brauðsneiðar.
k) Settu 1 kjúklingabringu á hverja af 4 brauðsneiðum.
l) Hyljið með brauðsneiðunum sem eftir eru.
m) Húðaðu utan á hverja samloku með ólífuolíu.
n) Setjið grillpönnu yfir miðlungsháan hita þar til hún er í gegn.
o) Setjið 2 panini samlokur og toppið með annarri þungri pönnu fyrir þyngd, fylgt eftir með þungri dós.

p) Eldið í um það bil 6 mínútur, snúið einu sinni í hálfa leið.
q) Skerið hverja samloku í tvennt og njótið.

71. Mozzarella Provolone Panini

Skammtar fyrir hverja uppskrift: 1

Hráefni

- 1/3 bolli tæmdur sólþurrkaður tómatur pakkaður
- extra virgin ólífuolía í olíu, saxað
- 5 sneiðar provolone ostur
- 3 matskeiðar olíuhreinsaðar svartar ólífur, grófhreinsaðar og
- 1/2 pund mozzarellaostur, skorinn í sneiðar
- 1/2 tsk þurrkað oregano
- malaður pipar
- 10 sneiðar hvítt brauð

Leiðbeiningar

a) Fyrir pestóið: Bætið ólífum, sólþurrkuðum tómötum, oregano og pipar í blandara og blandið þar til örlítið þykkt deig myndast.
b) Smyrjið 1 hlið af öllum brauðsneiðunum með olíu í þunnt lag.
c) Í botninn á bökunarplötu, raðið 5 brauðsneiðum, með olíuðri hlið niður.
d) Setjið 1 provolone sneið yfir 5 brauðsneið og síðan tómatpestó og mozzarella ost.
e) Hyljið með brauðsneiðunum sem eftir eru, með olíuðri hlið upp.
f) Setjið pönnu yfir meðalháan hita þar til hún er í gegn.
g) Setjið samlokurnar í lotur og toppið með steypujárnspönnu fyrir þyngdina.
h) Eldið í um það bil 4 mínútur, snúið einu sinni í hálfa leið.
i) Skerið hverja samloku í tvennt og njótið.

72. Basil Nautakjöt Panini

Skammtar fyrir hverja uppskrift: 4

Hráefni

- 8 sneiðar ítalskt brauð
- 4 sneiðar mozzarella ostur
- 2 matskeiðar smjör, mildað   spaghettísósa
- 4 matskeiðar tilbúið basil pestó
- 1/2 pund deli roastbeef, soðið, skorið í sneiðar

Leiðbeiningar

a) Setjið smjörið jafnt á 1 hlið af öllum brauðsneiðunum.
b) Leggið nautakjötið jafnt yfir 4 brauðsneiðar og síðan pestóið og ostinn.
c) Hyljið með brauðsneiðunum sem eftir eru, smjörhliðin upp.
d) Setjið pönnu yfir meðalhita þar til hún er í gegn.
e) Setjið samlokurnar með smurðri hlið niður og eldið í um það bil 4-5 mínútur, snúið einu sinni hálfa leið í gegn.
f) Njóttu heitrar ásamt spaghettísósunni.

73. Heilhveiti Panini

Skammtar fyrir hverja uppskrift: 6

Hráefni

- 2 stórir nautasteiktómatar, kjarnhreinsaðir og skornir í sneiðar
- 1 (16 oz.) kúlu mozzarellaostur
- 12 sneiðar heilhveitibrauð
- 1 bolli pestósósa
- kosher salt
- smjör, ósaltað

Leiðbeiningar

a) Stilltu panini pressuna þína eins og mælt er fyrir um í handbókinni.
b) Kryddið tómatsneiðarnar með smá salti.
c) Raðið brauðsneiðunum á fat.
d) Setjið pestóið jafnt á allar brauðsneiðar.
e) Setjið 1 mozzarellasneið á 6 brauðsneiðar og síðan tómatsneiðarnar.
f) Stráið tómötunum yfir smá salti.
g) Hyljið brauðsneiðarnar sem eftir eru með pestóhliðinni niður.
h) Setjið smjörið á báðar hliðar allra samlokanna.
i) Setjið samlokurnar í panini pressuna í lotum og eldið í um 2-3 mínútur.
j) Skerið hverja samloku í tvennt og njótið heitrar.

74. Sumarsamloka

Skammtar fyrir hverja uppskrift: 8

Hráefni

- 1 (1 pund) ciabatta brauð
- 3/4 bolli pestó
- 8 únsur. fontina ostur, skorinn í sneiðar
- 2 þroskaðir tómatar, skornir í sneiðar
- 4 blöð smjörsalat

Leiðbeiningar

a) Kveiktu á kjúklingi ofnsins á lágt ef mögulegt er.
b) Skerið brauðið í tvennt. Húðaðu aðra hliðina með smá pestói og settu síðan eftirfarandi á hina hliðina: tómatar og fontina ostur.
c) Settu brauðbitana sem eru með osti undir grillið þar til osturinn hefur bráðnað.
d) Toppið þetta stykki með smá salati.
e) Mótið samlokur og skerið þær síðan í tvennt til framreiðslu.

75. Súrdeig, Provolone, Pestó

Skammtar fyrir hverja uppskrift: 16

Hráefni

- 1/2 bolli Extra Virgin ólífuolía
- 8 sneiðar súrdeigsbrauð
- 1/4 bolli pestó
- 16 þunnar sneiðar Provolone ostur
- 12 þunnar sneiðar prosciutto
- 4 heilar, ristaðar rauðar paprikur, niðurskornar

Leiðbeiningar

a) Hitaðu Panini grillið þitt samkvæmt leiðbeiningum framleiðanda.

b) Dreifðu pestói yfir hvern helming brauðsins áður en þú setur ½ af osti, prosciutto, piparstrimlum og ostinum sem eftir er yfir neðri helminginn og lokaðu því til að búa til samloku.

c) Setjið smá smjör ofan á og eldið þennan Panini í forhitaðri grillinu í um það bil 4 mínútur eða þar til að utan er gullbrúnt.

76. Pítu, pestó og parmesan

Skammtar fyrir hverja uppskrift: 4

Hráefni

- 1 (6 oz.) pottur sólþurrkað tómatpestó
- 3 matskeiðar ólífuolía
- 6 (6 tommu) heilhveiti pítubrauð
- malaður svartur pipar eftir smekk
- 2 roma (plómu) tómatar, saxaðir
- 1 búnt spínat, skolað og saxað
- 4 ferskir sveppir, sneiddir
- 1/2 bolli mulinn fetaostur
- 2 matskeiðar rifinn parmesanostur

Leiðbeiningar

a) Stilltu ofninn þinn á 350 gráður áður en þú gerir eitthvað annað.
b) Húðaðu hvert stykki af pítu með smá pestói og settu síðan hvert með: pipar, tómötum, ólífuolíu, spínati, parmesan, sveppum og fetaost.
c) Eldið brauðið í 15 mínútur í ofninum og skerið það síðan í þríhyrninga áður en það er borið fram.
d) Njóttu.

77. Garð kalkúnn pestó umbúðir

Skammtar fyrir hverja uppskrift: 1

Hráefni

- 1 stór tortilla
- 1/4 bolli alfalfa spíra
- 2 matskeiðar basil pestó
- 2 matskeiðar rifinn cheddar ostur
- 3 matskeiðar fitulaus rjómaostur
- 2 matskeiðar rifnar gulrætur
- 3 sneiðar tómatar
- 4 sneiðar deli kalkúnn
- 6 sneiðar gúrkur

Leiðbeiningar

a) Hitið tortillana á pönnu í nokkrar sekúndur á hvorri hlið. Flyttu það yfir á disk.

b) Toppaðu það með pestósósu, fylgt eftir með rjómaosti, tómötum, gúrkum, alfalfa spírum, gulrót, kalkún og osti.

c) Rúllaðu tortilla burrito stílnum þínum og berðu það síðan fram.

78. Pesto Tilapia salat umbúðir

Skammtar fyrir hverja uppskrift: 2

Hráefni

- 2 -3 tilapia flök
- 1 avókadó, skorið í sneiðar
- 16 únsur. rapsolía
- 1 höfuð ísjakasal

Deig

- 1 tsk Old Bay krydd
- 1 tsk salt
- 1 tsk svartur pipar
- 1 tsk cayenne pipar
- 1/2 tsk hvítlauksduft
- 3/4 bolli hveiti
- 3/4 bolli panko brauðrasp
- 1 egg
- 1/2-1 bolli vatn

Pestó

- 1/2 bolli ristuð rauð paprika
- 1/4 bolli grísk jógúrt
- 2 hvítlauksrif
- 1/2 bolli basil
- 1/2 bolli parmesan og pecorino ostur blanda
- 1/2 tsk pipar
- 1/4 bolli ólífuolía

Leiðbeiningar

a) Til að undirbúa deigið:
b) Fáðu þér blöndunarskál: Blandið öllu deiginu hráefninu saman við .
c) Skerið hvert fiskflök í 3 bita. Dýfðu þeim alveg í deigið.
d) Settu stóra djúpa pönnu yfir miðlungshita. Hitið í það 3 tommur af olíu.
e) Djúpsteikið í honum fiskbitana þar til þeir verða gullinbrúnir. Tæmdu þau og settu þau á pappírshandklæði til að þorna.

f) Fáðu þér matvinnsluvél: Setjið allt piparpestóið í hana. Innihaldsefni. Kryddið þær með smá salti. Blandið þeim slétt saman.
g) Skarast hvert 2 salatblöð á borðplötu. Toppið þær með steiktum fiski og síðan avókadó og piparpestó.
h) Berið fram opna umbúðirnar strax. Njóttu.

79. Garður túnfiskur Quesadillas

Skammtar fyrir hverja uppskrift: 6

Hráefni

- 4 pestó hvítlauks tortillur
- 1 matskeiðar ólífuolía
- 1/4 bolli ristað rauð paprika pestó
- 2 (85 g) túnfiskur, tæmd
- 2 bollar kúrbít, rifinn
- 6 sneiðar Monterey Jack piparostur
- salt og pipar

Leiðbeiningar

a) Húðaðu hvorri hlið allra tortillanna með þunnu lagi af olíunni.
b) Setjið pestóið jafnt yfir á 2 tortillur og síðan túnfiskinn, kúrbítinn og ostasneiðarnar.
c) Stráið salti og pipar yfir og hyljið með hinum 2 tortillunum sem eftir eru, með olíuðri hlið upp.
d) Setjið 1 quesadilla á pönnu yfir miðlungshita, með olíuðri hlið niður og eldið í um það bil 2-3 mínútur á hverri hlið.
e) Endurtaktu með quesadilla sem eftir er.
f) Skerið hverja quesadilla í 6 báta og njótið.

80. Alaskan Topped Focaccia

Skammtar fyrir hverja uppskrift: 4

Hráefni

- 1 (14 3/4 oz.) dósir lax, úrbeinaður
- 1/2 bolli pestósósa
- 1/2 bolli rauðlaukur, saxaður
- 1/3 bolli sólþurrkaðir tómatar, saxaðir
- 4 matskeiðar majónesi
- 2 tsk sítrónubörkur, rifinn
- 1 focaccia brauð
- romaine salat lauf

Leiðbeiningar

a) Fáðu þér blöndunarskál: Blandaðu saman laxinum og pestóinu með tómötum, lauk og sítrónuberki.
b) Skerið brauðbolluna í tvennt. Raðið salatinu yfir neðsta helminginn og síðan laxasalatinu.
c) Hyljið það með efri brauðshelmingnum. Skerið samlokuna í 4 bita og vefjið hvern þeirra með matarfilmu.
d) Settu samlokurnar inn í ísskáp og láttu þær standa í að minnsta kosti yfir nótt.
e) Taktu upp samlokurnar þínar og berðu þær fram með uppáhalds álegginu þínu.
f) Njóttu.

81. French Quarter Muffulettas

Skammtar fyrir hverja uppskrift: 4

Hráefni

- 1 eggaldin, skorið í sneiðar
- 1 kúrbít, skorinn á horn
- 1 rauð paprika, skorin í fjórðung eftir endilöngu
- 1 stór portabella sveppahettur
- 1 rauðlaukur, sneiddur
- 1/2 bolli extra virgin ólífuolía salt og pipar
- 6 únsur. Baby spínat
- 1/3 bolli furuhnetur
- 2/3 bolli Parmigiano-Reggiano ostur, rifinn
- 1 bolli giardiniera, keyptur í verslun
- 1/2 bolli grænar ólífur, grófhreinsaðar
- 1 (8 -9 tommu) kringlótt ítalskt brauð
- 1/4 pund deli-sneiðar provolone ostur

Leiðbeiningar

Til að undirbúa grillað grænmeti:

a) Áður en þú gerir eitthvað skaltu forhita grillið og smyrja það.
b) Húðaðu eggaldin, kúrbít, papriku, portobello og rauðlauk með 1/4 bolla af ólífuolíu.
c) Stráið salti og pipar yfir þær. Grillið þær í 3 til 4 mínútur á hvorri hlið.

Til að útbúa pestósósu:

d) Fáðu þér blandara: Blandaðu í hann spínati, furuhnetum, Parmigiano-Reggiano, smá salti og pipar. Blandið þeim slétt saman. Bætið restinni af olíunni smám saman út í á meðan hrært er saman.
e) Hellið pestóinu í framreiðsluskál. Leggðu það til hliðar.

Til að undirbúa bragðið:

f) Fáðu þér matvinnsluvél: Blandaðu í hana ólífum með giardiniera. Púlsaðu þá nokkrum sinnum þar til þeir verða saxaðir.

g) Hellið helmingnum af pestósósunni með skeið í brauðbollurnar.
h) Toppið þær með grilluðu grænmeti, restinni af pestósósunni og smakkið. Hyljið þær með efstu bollunum og berið þær síðan fram. Njóttu.

82. Pestó kjúklingasamloka

Skammtar fyrir hverja uppskrift: 4

Hráefni

- 4 únsur. blandaðir sveppir, þunnar sneiðar
- 1 únsa. balsamik edik
- 4 únsur. rauð paprika, ristuð og skorin í sneiðar
- 2 meðalstórir tómatar, sneiddir
- 4 ítalskar rúllur, skornar í tvennt
- 4 (4 oz.) beinlausir roðlausir kjúklingabringur helmingar, snyrtir
- 4 únsur. pestó sósu
- 4 únsur. fetaostur

Leiðbeiningar

a) Fáðu þér blöndunarskál: Blandaðu saman balsamik edikinu með sveppunum. Látið þær standa í ísskáp í 1 heilan dag.
b) Tæmdu sveppina og fjarlægðu umfram edik.
c) Áður en þú gerir eitthvað skaltu forhita grillið og smyrja það.
d) Skerið neðstu sneiðarnar með pestósósu og toppið þær síðan með fetaosti, kjúklingabringum, sveppum, ristuðum paprikum og tómatsneiðum.
e) Hyljið samlokurnar með efstu brauðsneiðunum. Notaðu 2 tannstöngla til að festa hverja samloku.
f) Skerið þær í tvennt og berið þær fram strax.
g) Njóttu.

83. Seattle kjúklingasamloka

Skammtar fyrir hverja uppskrift: 6

Hráefni

- 6 sneiðar ítalskt brauð
- 1/3 bolli basil pestó
- 3 únsur. sneiðar prosciutto, valfrjálst
- 1 (14 oz.) dósir þistilhjörtu, tæmd og skorin í sneiðar
- 1 (7 oz.) krukkur ristuð rauð paprika, tæmd og skorin í strimla
- 12 únsur. eldaður kjúklingur, skorinn í strimla
- 4-6 únsur. rifinn provolone ostur

Leiðbeiningar

a) Áður en þú gerir eitthvað skaltu forhita ofninn í 450 F.
b) Húðaðu aðra hlið hverrar brauðsneiðar með pestói.
c) Raðið prosciutto sneiðunum og síðan þistilsneiðum, rauðum piparstrimlum og kjúklingastrimlum yfir brauðsneiðarnar.
d) Leggðu 6 stykki af filmu yfir skurðbretti. Setjið hverja samloku varlega í álpappír og vefjið henni síðan utan um hana.
e) Setjið þær á bökunarplötu og eldið þær síðan í ofni í 9 mín.
f) Fargið álpappírsbitunum og setjið samlokurnar aftur á bakkann.
g) Stráið rifnum osti yfir þá. Steikið samlokurnar í ofninum í 4 mín í viðbót.
h) Berið fram samlokurnar þínar heitar með uppáhalds álegginu þínu.
i) Njóttu.

84. Miðjarðarhafið Panini

Skammtar fyrir hverja uppskrift: 4

Hráefni

- 4 beinlausar roðlausar kjúklingabringur
- 2 stórar sítrónur
- 2 hvítlauksgeirar, saxaðir
- 1 matskeiðar ólífuolía
- salt & pipar
- 2 tsk basil
- 1 brauð ciabatta
- 1/4 bolli basil pestó
- 1 stór tómatur, nautasteik, skorinn í sneiðar
- 6 únsur. Ítalsk continua, skorin í sneiðar
- 2 únsur. Baby Spínat í poka

Leiðbeiningar

a) Raðið kjúklingabringunum á milli 2 vaxpappírsblaða og með kjöthamri, sláið í jafna þykkt.

b) Í skál, bætið hvítlauknum, sítrónuberki, sítrónusafa og olíu saman við og mjúkir vel.
c) Bætið kjúklingnum út í og hjúpið sítrónublöndunni ríkulega.
d) Setjið í ísskáp í um 4-20 klst.
e) Setjið pönnu yfir hita þar til hún er í gegn.
f) Bætið kjúklingabringunum út í og eldið í um 6-8 mínútur.
g) Stilltu panini.
h) Skerið ciabattan í 4 bita af æskilegri stærð.
i) Setjið um 1 matskeið af pestóinu á báðar hliðar brauðsins.
j) Setjið kjúklinginn á hvern bita og síðan Fontina ostinn, tómatana og spínatið.

85. Portland Asiago Pa nini

Skammtar fyrir hverja uppskrift: 4

Hráefni

- 1 brauð pestó focaccia brauð
- 1 msk balsamik edik
- 8 únsur. sneið kalkún
- 1 -2 tómatar, sneiddir
- 4 únsur. spínat ætiþistlum
- 1 klípa salt og pipar
- 2 únsur. Asiago ostur
- 1 lítill rauðlaukur, sneiddur
- 1 matskeiðar ólífuolía

Leiðbeiningar

a) Stilltu panini pressuna þína eins og mælt er fyrir um í handbókinni.
b) Í pönnu, bætið olíunni út í og eldið þar til það er hitað í gegn.
c) Bætið lauknum út í og hrærið þurrt í um 4-5 mínútur.
d) Hrærið ediki, salti og pipar út í og takið af hellunni.
e) Skerið focaccia brauðið í 2 hringi og skerið síðan hvern hring í hálfhring.
f) Setjið kalkúninn á neðsta helming brauðsins, fylgt eftir með spínatþistilhögginu, soðnum lauk, Asiago osti og tómatsneiðum.
g) Hyljið með efstu helmingunum af focaccia brauði.
h) Setjið samlokuna í panini pressu og eldið í um 5 mínútur.
i) Njóttu heitt.

86. Pestó grilluð ostapressa

Skammtar fyrir hverja uppskrift: 4

Hráefni

- 4 panini brauð, skorin í tvennt
- 6 1/2 oz. mozzarella ostur, skorinn í sneiðar
- 1/4 bolli parmesanostur, rifinn
- 1/4 bolli pestósósa
- 2 grillaðar paprikur, skornar í sneiðar

Leiðbeiningar

a) Setjið pestóið jafnt yfir alla brauðhelmingana.
b) Setjið mozzarella ostinn á 4 neðstu helminga af brauði og síðan parmesanostur og papriku.
c) Hyljið með efstu helmingunum af brauðinu.
d) Setjið pönnu yfir miðlungs lágan hita þar til hún er í gegn.
e) Settu samlokurnar og opnaðu með annarri þungri pönnu fyrir þyngd.
f) Eldið í um það bil 10 mínútur, snúið einu sinni hálfa leið í gegn.

87. Garður Panini

Skammtar fyrir hverja uppskrift: 1

Hráefni

- 1 matskeiðar ólífuolía
- 3/4 bolli tómatar, skornir í bita
- 1 msk kapers, tæmd
- 1 klípa rauð paprika flögur
- 1/2 tsk balsamik edik
- 4 sneiðar hvítt brauð
- ólífuolía
- 1/4 bolli pestósósa
- 6 únsur. mozzarella ostur, skorinn í sneiðar
- sjó salt
- malaður svartur pipar

Leiðbeiningar

a) Í nonstick wok, bætið olíunni við meðalháan hita og eldið þar til það er hituð í gegn.
b) Bætið kapers, tómötum og paprikuflögum út í og hrærið í um 2-3 mínútur.
c) Takið af hitanum og hrærið ediki út í.
d) Smyrjið aðra hliðina á öllum brauðsneiðunum með olíunni jafnt.
e) Setjið pestóið jafnt yfir á aðra hlið allra brauðsneiðanna.
f) Setjið tómatblönduna á 2 brauðsneiðar og síðan mozzarella, salt og pipar.
g) Hyljið með brauðsneiðunum sem eftir eru, smurðu hliðin upp.
h) Setjið samlokurnar í panini pressu og eldið þar til þær eru ristaðar.

PESTÓ SALÖT & KLÆÐINGAR

88. Mozzarella pestó salat

Skammtar fyrir hverja uppskrift: 6

Hráefni

- 1 1/2 bolli rotini pasta
- 3 matskeiðar pestó, eða eftir smekk
- 1 msk extra virgin ólífuolía
- 1/4 tsk salt, eða eftir smekk
- 1/4 tsk kornaður hvítlaukur
- 1/8 tsk malaður svartur pipar
- 1/2 bolli helmingaðir vínberutómatar
- 1/2 bolli litlar ferskar mozzarella kúlur
- 2 blöð fersk basilíkublöð, fínt rifin

Leiðbeiningar

a) Í stórri pönnu af léttsöltuðu sjóðandi vatni, bætið pastanu út í og eldið í um það bil 8 mínútur eða þar til það er tilbúið og látið renna vel af og haldið til hliðar.

b) Blandið saman pestói, kornuðum hvítlauk, olíu, salti og svörtum pipar í stóra skál og bætið pastanu saman við og blandið saman við.

c) Blandið mozzarella, tómötum og basilíku varlega saman við og berið fram strax.

89. Pestó blómasalat

Skammtar fyrir hverja uppskrift: 4

Hráefni

- 10 únsur. basil pestó
- 3 únsur. rifinn parmesanostur
- 1 pund penne pasta
- 1 pund spergilkál, skorið í litla blóma
- 2 (6 oz.) grillaðar kjúklingabringur

Leiðbeiningar

a) Skerið spergilkálið í báta. Leggðu það til hliðar.
b) Sjóðið pastað samkvæmt leiðbeiningunum á pakkanum í aðeins 3 mín. Hrærið spergilkálinu saman við og eldið í 4 mín.
c) Hellið spergilkálinu og pastanu af vatninu. Setjið kjúklingabitana í pottinn og eldið þá í 2 til 3 mínútur til að hita þá í gegn.
d) Tæmið kjúklinginn úr vatninu.
e) Fáðu þér stóra blöndunarskál: Blandaðu saman spergilkálinu með kjúklingi, pasta, osti, pestósósu, smá salti og pipar. Kasta þeim til að hjúpa. Berið það fram strax.

90. Pesto Aioli dressing

Skammtar fyrir hverja uppskrift: 20

Hráefni

- 3/4 bolli olía
- 1 bolli majónesi
- 3/4 bolli súrmjólk
- 2 matskeiðar rifinn Romano ostur
- 2 matskeiðar þurrkuð basil
- 1/2 tsk salt
- 1 hvítlauksgeiri, saxaður
- heit piparsósa
- 1/4 tsk paprika

Leiðbeiningar

a) Fáðu þér litla blöndunarskál: Blandaðu í hana majóinu með olíu.
b) Hellið súrmjólk, osti, basilíku, salti, hvítlauk og piparsósu út í. Þeytið þær þar til þær verða kremkenndar.
c) Hyljið skálina með plastfilmu og látið standa í að minnsta kosti 8 klukkustundir.
d) Þegar tíminn er liðinn skaltu henda spagettíinu með pestósósunni. Skreytið það með ferskri basil.
e) Njóttu.

91. Pasta salat

Skammtar fyrir hverja uppskrift: 4

Hráefni

- 250 g spaghetti
- 1/3 bolli baunir, frosnar
- 10 kirsuberjatómatar, skornir í fjórða
- 100 g fetaostur
- 2 tsk pestósósa
- 1 msk ferskt rósmarín, hakkað
- 1/8 tsk kornaður hvítlaukur
- 1/2 msk ferskur graslaukur, saxaður
- 1 tsk olía
- nýmalaður svartur pipar

Leiðbeiningar

a) Undirbúið pastað með því að fylgja leiðbeiningunum á pakkanum í 9 mín.
b) Hrærið baununum saman við og eldið þær í 2 til 3 mínútur til viðbótar.
c) Hellið spagettíinu og baunum í sigti. Látið þær renna af í nokkrar mínútur.
d) Fáðu þér blöndunarskál: Helltu í hana spagettíinu með olíu og pestósósu.
e) Bætið við kryddjurtum, hvítlauk, pipar og salti. Blandið þeim vel saman. Hrærið fetaostinum saman við kirsuberjatómötum.
f) Setjið salatið inn í ísskáp og látið það standa í að minnsta kosti 1 klst og berið það síðan fram.
g) Njóttu.

92. Tortellini Jarred salat

Skammtar fyrir hverja uppskrift: 2

Hráefni

- 1 (9 oz.) pakki spínat og ostur tortellini
- 1 (4 oz.) krukku pestó
- 1/4 bolli helmingaður, fræhreinsaður og sneiddur ensk agúrka
- 1/4 bolli helmingaðir kirsuberjatómatar
- 1/4 bolli rauðlaukur á stærð við eldspýtustokka
- 1/2 bolli saxaður mache
- salt og malaður svartur pipar eftir smekk

Leiðbeiningar

a) Eldið pastað eftir leiðbeiningum á pakkningunni.
b) Dreifið pestóinu í krukkuna og setjið síðan gúrkur, tómata, lauk, tortellini og mache yfir. Kryddið þær með smá salti og pipar.
c) Berið fram salatið þitt strax eða geymdu það í kæli þar til þú ert tilbúinn að bera það fram.

93. Pesto Caprese salat

Skammtar fyrir hverja uppskrift : 8

Hráefni

Pestó

- 2 bollar basil lauf
- 1 bolli valhnetur, ristaðar og saxaðar
- 2/3 bolli parmesanostur, rifinn
- 6 matskeiðar ólífuolía
- 2 matskeiðar sítrónusafi
- 3 hvítlauksgeirar, saxaðir

Salat

- 2 matskeiðar pestósósa
- 2 matskeiðar ólífuolía
- 2 matskeiðar rauðvínsedik
- 4 meðal rauðir þroskaðir tómatar, skornir í sneiðar
- 8 únsur. mozzarella ostur, ferskt basilblað í sneiðum
- salt & malaður pipar

Leiðbeiningar

a) Fyrir pestóið: Bætið hvítlauk, basil, osti, valhnetum, sítrónusafa og olíu í blandara saman við og blandið þar til vel blandað saman.
b) Færið pestóið í skál.
c) Lokið skálinni og setjið í ísskáp þar til það er notað.
d) Fyrir vínaigrettuna: Bætið ediki, olíu og 2 matskeiðum af pestó í skál út í og þeytið þar til það hefur blandast vel saman.
e) Fyrir salatið: setjið tómatsneiðarnar á fat og síðan ostinn og pestó-vínaigrette.
f) Njóttu með salti og pipar.

94. Caprese rucola salat

Skammtar fyrir hverja uppskrift: 8

Hráefni

- 1/4 bolli basil pestó
- 1/4 bolli extra virgin ólífuolía
- 1 pund blandaðir heirloom tómatar, kjarnhreinsaðir og þunnar sneiðar
- 2 1/2 únsur. elskan rucola
- 8 únsur. Ítalskur sígildur ferskur mozzarellaostur, skorinn í sneiðar
- 1/4 tommu tommu þykk og fjórðungur
- 1/4 bolli rifin Niçoise ólífuolía, vel tæmd
- 4 -5 fersk basilíkublöð, þunnar sneiðar
- sjávarsalt og ferskur svartur pipar

Leiðbeiningar

a) Bætið olíunni og pestóinu í skál og þeytið þar til það hefur blandast vel saman.
b) Raðið ruccola með tómötum á fat og toppið með mozzarella og síðan ólífur og basil.
c) Stráið salti og pipar yfir.
d) Njóttu með áleggi af pestódressingu.

95. BASILPASTA salat

Skammtar fyrir hverja uppskrift: 4

Hráefni

- 8 únsur. þurrkað rigatoni pasta
- 1 1/2 bolli vínberutómatar, helmingaðir
- 1 bolli mozzarellaostur í teningum
- 1/3 bolli pestósósa,
- 1/2 bolli rifinn parmesanostur
- salt og pipar

Leiðbeiningar

a) Á pönnu, bætlð vatni og smá salti út í og látið sjóða þar til það sýður.
b) Bætið rigatoni út í og eldið þar til það er tilbúið.
c) Tæmið rigatoni og skolið undir köldu rennandi vatni.
d) Nú, með pappírshandklæði, klappaðu rigatoninum þurrt og settu í skál.
e) Bætið pestóinu, tómötunum, parmesan, mozzarella, salti og pipar út í og blandið varlega saman til að hjúpa vel.

96. Pekanhnetur, parmesan og pestókúskús

Skammtar fyrir hverja uppskrift: 4

Hráefni

- 2/3 bolli pecan bitar
- 1 matskeiðar smjör
- 1 1/2 bolli ferskir hnappasveppir í fjórðungi
- 1 laukur, saxaður
- 1 msk hakkaður ferskur hvítlaukur
- 2 tsk smjör
- 1 1/4 bolli vatn
- 1 (5,8 oz.) kassi kúskús
- 1 (8,5 oz.) flaska sólþurrkað tómatpestó
- 1/3 bolli fínt rifinn parmesanostur, eða meira eftir smekk
- salt og malaður svartur pipar eftir smekk

Leiðbeiningar

a) Ristaðu pekanhneturnar þínar í ofninum í eldfast mót í 25 mínútur.
b) Á meðan hrærið hvítlaukinn, laukinn og sveppina í 1 msk af smjöri í 9 mínútur. Setjið svo allt í skál.
c) Bræðið 2 matskeiðar til viðbótar af smjöri og bætið svo vatni út í og látið sjóða.
d) Þegar allt er að sjóða skaltu bæta kúskúsinu þínu í stóra skál og blanda því síðan saman við sjóðandi vatnið.
e) Settu áklæði á skálina með plastfilmu og láttu standa í 12 mínútur.
f) Eftir að allur vökvinn hefur verið frásogaður er hann hrærður með gaffli.
g) Bætið pestóinu, pekanhnetunum, parmesan og sveppunum út í kúskúsið og bætið svo smá pipar og salti.
h) Blandið öllu jafnt saman.

PESTÓ EFTIRLITUR

97. Spínat og Pestó opin baka

Skammtar fyrir hverja uppskrift: 1

Hráefni

- 2 (12 oz.) roðlaus, beinlaus laxaflök
- kryddað salt eftir smekk
- 1/2 tsk hvítlauksduft
- 1 tsk laukduft
- 1 (17,25 oz.) pakki frosið laufabrauð, þiðnað
- 1/3 bolli pestó
- 1 (6 oz.) pakki spínatlauf

Leiðbeiningar

a) Stilltu ofninn þinn á 375 gráður F áður en þú gerir eitthvað annað.
b) Húðaðu laxinn með blöndu af salti, laukdufti og hvítlauksdufti áður en hann er settur til hliðar.
c) Setjið nú ½ af spínatinu á milli tveggja aðskilda laufabrauðsplötur, á meðan setjið meira í miðjuna og setjið laxaflök yfir hvern og einn í miðjunni áður en pestó og spínatið er sett.
d) Vætið upp brúnirnar með vatni og brjótið það saman.
e) Bakið þetta í forhituðum ofni í um 25 mínútur.
f) Kældu það niður.
g) Berið fram.

98. Pottera í Líbanon stíl

Skammtar fyrir hverja uppskrift: 8

Hráefni

- 3 matskeiðar maukaður hvítlaukur
- 1/4 bolli mulinn jurtafetaostur
- 1 eggjarauða
- 1 frosin laufabrauðsplata, þiðnuð, skorin í tvennt
- 2 bollar saxað ferskt spínat
- 2 beinlausir roðlausir kjúklingabringur helmingar
- 2 matskeiðar basil pestó
- 1/3 bolli saxaðir sólþurrkaðir tómatar

Leiðbeiningar

a) Stilltu ofninn þinn á 375 gráður F áður en þú gerir eitthvað annað.

b) Húðaðu kjúklingabringur með blöndu af maukuðum hvítlauk og eggjarauðu í glerskál áður en þú hylrið það með plastfilmu og kælið þessar kjúklingabringur í að minnsta kosti fjórar klukkustundir.

c) Setjið ½ af spínatinu í miðjuna á hálfu sætabrauðinu og setjið svo eitt stykki af kjúklingabringum yfir áður en 1 matskeið af pestói, sólþurrkuðum tómötum, fetaosti er bætt við og svo spínatinu sem eftir er.

d) Pakkið því upp með hinum helmingnum af deiginu.

e) Endurtaktu sömu skref fyrir brjóststykkin sem eftir eru.

f) Setjið allt þetta á eldfast mót.

g) Bakið í forhituðum ofni í um 40 mínútur eða þar til kjúklingurinn er meyr.

h) Berið fram.

99. Vesturströnd torte

Skammtar fyrir hverja uppskrift: 10

Hráefni

- 2 (8 oz.) pakkar rjómaostur
- 2 hvítlauksgeirar, saxaðir
- 8 únsur. fetaostur
- 2 tsk timjan
- 2 matskeiðar ólífuolía
- 3 matskeiðar pestósósa
- 1/3 bolli ristuð rauð paprika, tæmd og saxuð
- viðbótar rauð paprika, ræmur

Leiðbeiningar

a) Raðið plastplötu í fat.
b) Bætið rjómaostinum, fetaostinum og hvítlauknum í blandara og blandið þar til vel blandað saman.
c) Bætið timjaninu og olíunni út í og pulsið þar til það hefur blandast vel saman.
d) Í botninn á tilbúna réttinum, setjið um 1/3 af ostablöndunni jafnt yfir og toppið með pestóinu, fylgt eftir með öðrum 1/3 af ostablöndunni yfir, rauð papriku og afganginn af ostablöndunni.
e) Hyljið fatið og setjið í ísskáp í um 3 klst.
f) Njóttu með skreytingu af auka rauðum piparstrimlum.

100. Lemon Pesto Paletas

Skammtar fyrir hverja uppskrift: 6

Hráefni

- 4 bollar hunangsmelóna í teningum
- 1 strá salt
- 1/4 bolli söxuð fersk basilíka
- 1/2 bolli lífrænt frosið límonaðiþykkni

Leiðbeiningar

a) Í matvinnsluvél, bætið öllum hráefnunum saman við og blandið þar til mjúkt.
b) Flyttu blöndunni jafnt yfir í Popsicle mót.
c) Stingið nú 1 Popsicle staf í hvert mót og setjið í frysti í um 6 klst.
d) Fjarlægðu íslögin varlega úr mótum og njóttu.

NIÐURSTAÐA

Hefðbundið pestó er búið til með basillaufum, hvítlauk, furuhnetum, ólífuolíu, salti og parmesan (eða annarri tegund af hörðum ítölskum osti, eins og Pecorino). Þú getur undirbúið það með mortéli og stöpli (þetta er hefðbundin aðferð) eða með blandara/matvinnsluvél.
Það er eitthvað fallegt og einfalt við nýgert pestó. Engin þörf á að kaupa pestó lengur. Uppskriftirnar í þessari bók eru svo einfaldar með minna en 5 aðal innihaldsefnum . Og það tekur bara 5 mínútur að gera líka!

www.ingramcontent.com/pod-product-compliance
Lightning Source LLC
LaVergne TN
LVHW011024061026
849535LV00006B/2050

* 9 7 8 1 8 3 5 0 0 1 9 6 7 *